வீட்டுக் கடன்

- அ முதல் ஃ வரை -

நா. கோபாலகிருஷ்ணன்

வீட்டுக் கடன் - அ முதல் ஃ வரை
நா. கோபாலகிருஷ்ணன் ©

சுவாசம் பதிப்பகம்

Veettu Kadan - A muthal Aq Varai
by N.Gopalakrishnan ©

First edition: Aug 2022
ISBN: 978-93-95272-30-8
Title Number: Swasam 041

Published by:
Swasam Publications Private Limited,
52/2, Near B.S Mahal, Ponmar,
Chennai, Tamil Nadu – 600127
Email: swasam.publications@gmail.com

Printed by: Adyar Students Xerox, Chennai - 600 002.

To buy the book: Swasam Bookart - +91-8148066645
Website: https://www.swasambookart.com/

உள்ளே...

முன்வாசல்

இருபது ஆண்டுகளுக்கு முன் கட்டடப் பொறியியலில் பட்டம் பெற்ற கையோடு வீட்டுக் கடன் துறையில் நுழைந்து விட்டாயிற்று. பத்திரம், பட்டா, லோன், வட்டிவிகிதம், இ.எம்.ஐ. என எதுவுமே தெரியாது திக்குத் தெரியாத காட்டில் சுற்றித் திரிவது போல் முட்டி மோதிக்கொண்டிருந்தேன்.

ஒரு பெரிய அதிர்ஷ்டகரமான விஷயம் எனக்கு வாய்த்தது என்றால் என்னுடன் பணிபுரிந்த என் மூத்தவர்கள். ஒவ்வொரு விஷயத்தையும் பொறுமையாகவும், எளிதாகவும் கற்றுக் கொடுத்தனர். அதன் பின்னான தேடல்கள் நிறையக் கற்றுக் கொடுத்தது. பின்னர் ஒரு சில நிறுவனங்களுக்கு மாறினேன். வீட்டுக் கடனின் விற்பனை, கிரெடிட், டெக்னிகல், வசூல் என எல்லாப்பிரிவிலும் வேலை பார்த்தாயிற்று. இறுதியாய் ஒரு தலைமைப் பொறுப்பில் இருந்து புதிதாக உள் நுழையும் புதியவர்களுக்குப் பயிற்சி அளிக்கும் போது என் ஆரம்பக் காலங்களை உணர்ந்தேன்.

நிறைய விஷயங்கள் அரிச்சுவடியிலிருந்து கற்றுத் தர வேண்டியிருந்தது. அப்போது அவர்களுக்காகத் தயார் செய்த சில குறிப்புகளின் நீட்சியாய் இந்தப் புத்தகத்தை எழுதினேன். வீட்டுக் கடன் / நிதித்துறைக்குப் பணியாற்றச் செல்பவர்களுக்கும், இத்துறைகளில் பணியாற்றிக் கொண்டிருக்கும் நண்பர்களுக்கும், புதிதாக வீட்டுக் கடன் வாங்க முயல்பவர்களுக்கும், ஏற்கெனவே வீட்டுக் கடன் வாங்கியிருக்கும் பொது மக்களுக்கும் இந்தப் புத்தகத்தின் ஏதாவது ஒரு பகுதியேனும் கண்டிப்பாய் உபயோகப்படும் என்று உறுதி கூறுகிறேன்.

தலைவாசலுக்குள் நுழைவோம்.

- நா.கோபாலகிருஷ்ணன்

தலைவாசல்

வீடு என்பது ஒரு கனவு. ஒவ்வொரு குழந்தை பிறக்கும்போதும் அதனுடன் அதற்கான வீடு என்னும் தேவையும் நம் கண்களுக்குத் தெரியாமலே பிறக்கிறது. சிலருக்குச் சொந்த வீடு என்னும் அந்தக் கனவு சுலபமாய்க் கைகூடுகிறது. சிலருக்குக் கை சேராமலே போய் விடுகிறது.

தொண்ணூறுகளுக்கு முன்னால், வீடு கட்டுவது என்பது நடுத்தர மக்களுக்கு ஒரு பெரும் சவாலாகவே இருந்திருக்கிறது. ஆனால் தற்போதைய காலச் சூழ்நிலையில் வீடு கட்டுவது என்பது கடினமான காரியமாய் இல்லாமல் போய்விட்டதற்குக் காரணம் எளிதாகக் கிடைக்கும் கடனுதவிகள்தான்.

முந்தைய காலங்களில் வீடு கட்ட ஆரம்பிக்கும் போது, புதிது புதிதாய் காதில் விழ ஆரம்பிக்கும் லிண்டல் (lintel), ரூஃப் சிலாப் (roof slab), ஆர்.சி.சி. (R.C.C.) போன்ற வார்த்தைகளை ஒரு விதமான சந்தோஷத்தோடு உச்சரிக்க ஆரம்பிக்கையில் நம் கனவு இல்லம் கொஞ்சம் கொஞ்சமாய்க் கண்ணில் விரியும். இப்போது அவையெல்லாம் சாதாரணமாய் உபயோகிக்கும் வார்த்தைகள் ஆகிவிட்டன. அந்த இடங்களை இப்போது, இ.எம்.ஐ. (EMI), ப்ரி.இ.எம்.ஐ (Pre EMI), டிம்னிஷிங் ரேட் இன்ட்ரெஸ்ட் (Deminishing rate interest) எனப் புதிய வார்த்தைகள் பிடித்துக் கொண்டன.

அன்றைய காலத்தில், அதாவது எண்பது தொண்ணூறுகளில் வீடு கட்ட வேண்டுமென்று நினைத்தால் நம் கையிருப்பு தவிர மீதம் தேவைப்படும் பணத்தினைத் தயார் செய்வது என்பது நடுத்தர மற்றும் கீழ்த்தட்டு மக்களுக்குப் பெரிய குதிரைக் கொம்பாகவே இருக்கும். தெரிந்தவர்கள், நண்பர்கள், உறவினர்கள் என எங்கெங்கோ முட்டி மோதுவது என்பது

தவிர்க்கவே இயலாத ஒரு விஷயமாகத்தான் இருக்கும். அதன் பின் அலுவலகக்கடன், கூட்டுறவுச் சங்கக் கடன் எனச் சிறிய அளவில் ஒரு உதவிக்கரம் கிடைக்க ஆரம்பித்தது. பின்னர் வங்கிகள், அதன் பின் ஹைச்.டி.எஃப்.சி.—யின் வருகை போன்றவை இன்னும் கொஞ்சம் நிலைமையைச் சுலபமாக்கியது. கொஞ்சம் கொஞ்சமாக தனியார் நிதி நிறுவனங்களும் வீட்டுக் கடன் துறையில் நுழைய ஆரம்பித்தன.

வங்கிகளும் நிதி நிறுவனங்களும் மாத வருமானம் பெறுவோர், வருமான வரி செலுத்தும் வியாபாரிகள் ஆகியோருக்குக் கடன் கொடுக்க ஆரம்பித்த வேளையில், வருமானம் இருந்தும் அதற்கான சான்றிதழ்கள் இல்லாதவர்கள், வருமானவரி செலுத்தாத சிறு வியாபாரிகள் போன்றவர்கள் வீட்டுக் கடன் பெறுவது சிரமமாக இருந்தது. இதைக் கருத்தில் கொண்ட சில நிறுவனங்கள், வீட்டுக் கடன் நடைமுறையினை இன்னும் சுலபமாக்க, வருமானம் இருப்பின் நிறுவன அதிகாரிகளே நேரடியாக வந்து அதனை உறுதி செய்து கடன் தரும் புதிய முறையினைக் கொண்டுவந்தன. இப்படியான வளர்ச்சியானது இன்றைக்கு வீடு கட்ட கடன் பெறுவது என்பது அனைவருக்கும் சாத்தியம் என்ற நிலைமையைக் கொண்டு வந்து விட்டது.

சில மாதங்களுக்கு முன்னால், ஓர் இரவு நேரம் நண்பர் ஒருவரிடம் இருந்து அழைப்பு வந்தது. ஒரு தனியார் நிறுவனத்தின் மண்டல அதிகாரி பொறுப்பில் உள்ளவர். உடனே பார்த்துப் பேச வேண்டும் என்றார். சென்றேன். கிட்டத்தட்ட ஒரு பத்து ப்ரவுச்சர்களை கையில் வைத்துக் கொண்டு குழப்பத்தோடு உட்கார்ந்திருந்தார். நான் என்னவென்று கேட்டதுதான் தாமதம் மடமடவென்று கொட்ட ஆரம்பித்தார்.

விஷயம் என்னவென்றால், நண்பர் ஒரு வீடு வாங்க முடிவெடுத்திருக்கிறார். கையில் உள்ள பணம் போக, மீதித் தொகைக்கு எங்கேனும் வீட்டுக் கடன் கிடைக்குமா என்று பார்த்திருக்கிறார். நண்பருக்கு அதற்கு முன்னால் எங்கேயும் லோன் வாங்கிப் பழக்கம் இல்லாததால் தெரிந்தவர்களிடம் கேட்டிருக்கிறார். அவ்வளவுதான், ஆளாளுக்கு அந்த வங்கி நன்றாய் இருக்கும், இந்த வங்கி நன்றாய் இருக்கும், அங்கே வட்டி குறைவு, இங்கே வட்டி அதிகம், அங்கே சர்வீஸ் நன்றாய் இருக்கும், இங்கே திருப்பிச் செலுத்தும் காலம்

அதிகம், அங்கே இன்ஸ்யூரன்ஸ் இலவசம் இப்படியாய்ப் பலப்பல விஷயங்களைச் சொல்லிக் குழப்பி விட்டார்கள்.

கடைசியாய் என்னிடமும் கருத்துக் கேட்போம் என்று அழைத்தார். நான் சிரித்துக் கொண்டே அவர் பட்டியலில் இல்லாத இன்னும் இரண்டு நிறுவனங்களின் பெயரினைச் சொல்லி ‘அங்கே வாங்கலாம், நன்றாய் இருக்கும்’ என்றேன். அவருக்கு மயக்கம் வராத குறை. ‘நான் குலுக்குச் சீட்டுப் போட்டுப் பார்த்துக் கொள்கிறேன், நீ போய் வா’ என்று கூறி விட்டார்.

இப்படி, வீட்டுக் கடன் எங்கே வாங்கலாம் என்று ஆரம்பிக்கும் குழப்பம், கடைசியாய்க் கடனை முடித்து தனது பத்திரங்களைத் திருப்பி வாங்குவது வரை நீடிக்கிறது. நாம் வாங்கிய கடனுக்குக் கிட்டத்தட்ட இரண்டு மூன்று மடங்கு திருப்பிக் கட்டியிருக்கிறோமே, உண்மையிலேயே நாம் சரியான வங்கியில்தான் கடன் வாங்கினோமா, இல்லையெனில் நாம் ஏமாற்றப்பட்டு விட்டோமா என்ற குழப்பத்தில்தான் நிறையப் பேர் பத்திரங்களைத் திருப்பி வாங்குகின்றனர்.

பெரும்பான்மையான நடுத்தர மக்கள், வீட்டுக் கடன்களுக்கு வங்கியையோ அல்லது வீட்டுக் கடன் நிறுவனங்களையோ அணுகும்பொழுது அந்த நிறுவனங்கள் தத்தம் நிறுவனங்களுக்குரிய வட்டிவிகிதங்களை அவர்களைக் கவரும் வழியில் விவரிக்கிறார்கள்.

இந்தியா போன்ற வளரும் நாடுகளில், நடுத்தர மக்களின் முதல் பார்வை வட்டிவிகிதத்தில் மட்டுமே இருக்கும். ஆனால், ஒரு வீட்டுக் கடன் வாங்கும்பொழுது வட்டிவிகிதத்தை மட்டுமே கருத்தில் கொள்வது தவறான ஒன்றாகும். ஒரு லாபகரமான அல்லது வாங்கத் தகுந்த வீட்டுக் கடன் என்பது, வட்டிவிகிதத்தினைத் தாண்டி, வட்டி கணக்கிடும் முறை, திருப்பிச் செலுத்தும் காலம் மற்றும் இன்ன பிற விஷயங்களைச் சார்ந்திருக்கிறது.

அதே போன்று, பெரும்பான்மையான மக்கள் எரிச்சல் கொள்ளும் இடம் லீகல் டாக்குமென்ட்ஸ் (legal documents) எனப்படும் பத்திரங்களைத் தரும்போதுதான். பத்திரம், தலைப் பத்திரம், வில்லங்கச் சான்றிதழ், பட்டா எனப் பட்டியல் நீளும்போது கண்டிப்பாய்ச் சலிப்பும் கோபமும் உண்டாகும். அதுதான் வீட்டுப் பத்திரத்தையே

கொடுத்தாயிற்றே, இன்னும் ஏன் இவ்வளவு கேட்கிறார்கள் என்று தோன்றும்.

இப்படி, வட்டி கணக்கிடும் முறையில் ஆரம்பித்து எதற்காக இத்தனை ஆவணங்கள் தேவைப்படுகின்றன என்ற காரணம் வரை உங்களுக்கு அந்த நிறுவனத்தின் விற்பனைப் பிரதிநிதியோ அல்லது மற்ற அலுவலர்களோ விளக்குவதற்குக் கண்டிப்பாய் நேரம் இருக்காது. ஆனால், இது பற்றிய தெளிவும் புரிதல்களும் உண்டாகும் பட்சத்தில் உங்களால் உங்களுக்குப் பொருத்தமான சரியான வீட்டுக் கடனைத் தேர்வு செய்ய இயலும். உங்களுக்குப் பொருத்தமான என்ற வார்த்தைகளை அடிக்கோடிட்டுக் கொள்ளுங்கள்.

ஏனெனில் இங்கே பல வங்கிகள் மற்றும் வீட்டுக் கடன் நிறுவனங்கள், கடன் கொடுக்கிறார்கள். இதில் எதனையும் உயர்ந்தது என்றோ அல்லது தாழ்ந்தது என்றோ பொதுவாக வகைப் படுத்த இயலாது. ஒவ்வொன்றுக்கும் ஒரு தேவை இருக்கிறது. உங்களின் தேவை, உங்களின் திருப்பிச் செலுத்தும் தகுதி, உங்களால் சமர்ப்பிக்கப் படக்கூடிய ஆவணங்கள் மற்ற சில விஷயங்களைப் பொறுத்து உங்களுக்குப் பொருத்தமான வீட்டுக் கடனைத் தேர்ந்தெடுக்கலாம்.

எளிமையாகச் சொல்வதென்றால், மார்க்கெட்டில் பல விதமான குளியல் சோப்புகள் கிடைக்கும். உங்களுக்கு எது ஒத்துக் கொள்ளுமோ அல்லது பிடிக்குமோ, உங்களின் பட்ஜெட்டில் எது அடக்கமாகிறதோ அதை நீங்கள் வாங்குவீர்கள் அல்லவா? வீட்டுக் கடனும் அப்படித்தான்.

சில அடிப்படைத் தகவல்கள்

இன்றைய சூழலில், உங்களுக்குக் கடன் தேவைப்பட்டால் உங்களுக்குத் தேவையான கடனுதவியினைப் பெற ஏகப்பட்ட நிறுவனங்கள் இருக்கிறன. தேசிய மயமாக்கப்பட்ட வங்கிகள், தனியார் வங்கிகள், நிதி நிறுவனங்கள் எனப் பல நிறுவனங்கள் வரிசை கட்டி நிற்கின்றன.

இவை எல்லாம் எவ்வாறு செயல்படுகின்றன? இவற்றைக் கண்காணிப்பது யார்? இதனைப் பற்றிய ஆழமான புரிதல் இங்கே அவசியம் இல்லை என்றாலும், சில அடிப்படை விஷயங்களைத் தெரிந்து கொள்ளுங்கள்.

இந்தியாவைப் பொறுத்தவரை, இங்கே ஒரு வங்கி / நிதி நிறுவனம் தொடங்க வேண்டுமென்றால் ஆர்.பி.ஐ. (RBI) எனப்படும் ரிசர்வ் பேங்க் ஆப் இந்தியாவின் (Reserve Bank of India) அனுமதி அவசியம். இந்த எல்லா நிறுவனங்களும் ஆர். பி.ஐ.யின் வழிகாட்டுதலின் படியும், அதன் கட்டுப்பாட்டிலும் இயங்குகின்றன.

பொதுவாக இந்தியாவில் உள்ள இந்த நிதி நிறுவனங்களை இரண்டு வகையாகப் பிரிக்கலாம்.

1. வங்கி / வங்கி சார்ந்த நிறுவனங்கள் (Banks)
2. என்.பி.எஃப்.சி. எனப்படும் வங்கி சாரா நிதி நிறுவனங்கள். (NBFC – Non Banking Finance Companies)

வங்கி என்பதனைப் பற்றி விவரிக்க அவசியம் இல்லை. ஆர்.பி.ஐ.யில் இருந்து வங்கிக்கான அனுமதி வாங்கி, சேமிப்புக்கணக்கு (Savings Account), நடப்புக்கணக்கு (Current Account), வைப்புநிதி (Fixed Deposits) போன்ற வங்கி சார்ந்த அனைத்து வேலைகளையும் மேற்கொள்ளும்

நிறுவனம் என்பதனை வங்கிக்கான மிகச் சுருக்கமான வரையறையாகச் சொல்லலாம். இந்தியாவில் செயல்படும் வங்கிகளைப் பெரும்பான்மையாக தேசிய மயமாக்கப்பட்ட வங்கி (Nationalized Banks – SBI போன்றவை) மற்றும் தனியார் வங்கிகள் (Private Banks – ICICI போன்றவை) என இரு பெரும் பிரிவுகளுக்குள் உள்ளடக்கலாம்.

என்.பி.எஃப்.சி. எனப்படுபவை, வங்கியினைச் சாராத அல்லது வங்கிப் பணிகள் இல்லாத நிதி நிறுவனங்கள். பொது மக்களுக்குத் தேவையான கடனுதவிகளை (ஆர்.பி.ஐ. வழிகாட்டலின் படி) இந்த நிறுவனங்கள் வழங்குகின்றன.

வங்கிகளைப் போன்றே, இவற்றையும் இரு பிரிவுகளில் அடக்கலாம்.

1. கேட்டகிரி A / என்.பி.எஃப்.சி - D (Category A / NBFC - D) - பொதுமக்களிடம் இருந்து வைப்பு நிதி பெற்றுக் கொள்ளும் நிதி நிறுவனங்கள் (முறையான ஆர். பி.ஐ. அனுமதி (License) இருந்தால் மட்டுமே பொது மக்களிடம் இருந்து வைப்பு நிதி பெற்றுக் கொள்ள முடியும்)
2. கேட்டகிரி B / என்.பி.எஃப்.சி — என்.டி (Category B / NBFC -ND) – பொது மக்களிடம் இருந்து வைப்பு நிதி பெறாத நிறுவனங்கள்.

இந்தியாவின் இன்னொரு முக்கியமான அமைப்பினையும் தெரிந்து கொள்வது அவசியம்.

அதன் பெயர்தான் என்.ஹைச்.பி. (NHB) எனப்படும் தேசிய வீட்டு வசதி வங்கி (National Housing Bank). இது ஆர்.பி.ஐ—யைச் சார்ந்த நிறுவனம். எளிமையாய்ச் சொல்வதென்றால் ஆர்.பி.ஐ—யின் குழந்தை.

எப்படி, வங்கிகளும் நிதிநிறுவனங்களும் ஆர்.பி.ஐ—யினால் கட்டுப்படுத்தப்படுகின்றனவோ, அதே போல இந்தியாவில் வீட்டுக் கடன் கொடுக்கும் அனைத்து நிறுவனங்களும் என். ஹைச்.பி—யினால் கட்டுப்படுத்தப்படுகிறது.

ஆயிரத்துத் தொள்ளாயிரத்து எண்பதுகளின் இறுதியில், வீட்டுக் கடன் தரும் வங்கிகள் / நிறுவனங்களின் நடைமுறைகளை மேம்படுத்தவும், அவற்றினை முறையாகக் கண்காணிக்கவும் மற்றும் வேறு சில நோக்கங்களோடு

இந்த வங்கியானது ஆர்.பி.ஐ. யின் சார்பு நிறுவனமாக ஆரம்பிக்கப்பட்டது. தற்போது இதன் தலைமை அலுவலகம் புதுடெல்லியிலும், மண்டல அலுவலகம் மும்பையிலும் செயல்படுகின்றன. மேலும் இந்த மண்டல அலுவலகத்தின் துணை அலுவலகங்கள் அகமதாபாத், பெங்களூரு, போபால், சென்னை, ஹைதராபாத், கொல்கத்தா, லக்னோ, பாட்னா, புவனேஷ்வர் மற்றும் நாக்பூர் ஆகிய இடங்களில் செயல்படுகின்றன.

வீட்டுக் கடன் பற்றித் தெரிந்து கொள்ள முற்படுபவர்கள் என்.ஹைச்.பி—ஐயும் முழுவதுமாகத் தெரிந்து கொள்ள முற்படலாம். அதன் செயல்பாடுகளை முழுமையாக அலசித் தெரிந்து கொள்வது இந்த நிலையில் அவசியம் இல்லை என்றாலும், எல்லா வீட்டுக் கடன் நிறுவனங்களுக்கும், இதுதான் ஒரு கண்டிப்புள்ள தகப்பன் அல்லது தலைவன் என்பதனை மனதில் இருத்திக் கொண்டால் போதும்.

கடன்கள் விற்பனைக்கு...

'கடன் பட்டார் நெஞ்சம் போல் கலங்கினான் இலங்கை வேந்தன்' என்று பாடினார் கம்பன். நமக்கு முந்தைய தலைமுறையில், கடன் என்பது நடுத்தர மக்களைப் பொறுத்தவரைக் கிட்டத்தட்ட ஒரு கெட்ட வார்த்தை. 'அவர் இதுவரை கடனே வாங்காத மனிதர்' எனச் சொல்வது மிகப்பெரிய கௌரவம். ஆனால், நம் தலைமுறையைப் பொறுத்த வரை, கடன் என்பது தவிர்க்கவே முடியாத விஷயம். நம் தாத்தாவும், அப்பாவும் கனவிலும் கூட நினைத்துப் பார்க்க இயலாத வகையில், வகை வகையாய், தினுசு தினுசாய் இன்றைக்குக் கடன் வெவ்வேறு பெயர்களில் விற்கப்படுகிறது. ஆமாம் கடன்கள் விற்பனைக்குக் கிடைக்கின்றன.

எனக்குத் தெரிந்த ஒரு நிதிநிறுவன மேலாளர் சொல்லுவார். 'எந்த மார்க்கெட் எப்படி விழுந்தாலும் பணம் விற்கும் சார்'. உண்மைதான், வருடத்தின் அனைத்து நாட்களிலும் தேவையுள்ள பொருள் பணம்தான்.

வீடு கட்ட வேண்டுமா, கடன் பெறலாம். கார் வாங்க வேண்டுமா, கடன் பெறலாம். தொழில் துவங்க வேண்டுமா, கடன் பெறலாம். ஏன், மொபைல் வாங்க வேண்டுமா, அதற்கும் கடன் பெறலாம். இப்படி தினுசு தினுசாய்க் கடன்கள் சந்தையில் கிடைக்கின்றன. இப்படிப் பல்வேறு விஷயங்களுக்குக் கொடுக்கப்படும் கடன்களை வங்கியாளர்கள் இரண்டு பிரிவில் பிரிக்கிறார்கள்.

1. செக்யூர்டு லோன் (Secured Loans) – பாதுகாப்பான கடன்கள்
2. அன்செக்யூர்டு லோன் (Unsecured Loans) – பாதுகாப்பு இல்லாத கடன்கள்

கடன் கொடுத்து வாங்குவதே பொதுவாக ரிஸ்க்கான வேலைதான். இதில் என்ன பாதுகாப்புள்ள கடன், பாதுகாப்பு இல்லாத கடன் என்கிறீர்களா?

இருக்கிறது, ஒரு சொத்தினை அடமானமாகக் கொடுத்தோ அல்லது ஒரு சொத்தின் பெயரிலோ வாங்கும் கடன்கள் பாதுகாப்பான கடன்கள். எடுத்துக்காட்டு: வீட்டுக் கடன் (Housing Loan), இருசக்கர வாகனக் கடன் (Two wheeler Loan) போன்றவை. ஒருவேளை நீங்கள் வாங்கிய கடனைத் திருப்பிச் செலுத்தத் தவறும் பட்சத்தில், வங்கியானது அடமானத்தில் உள்ள சொத்தையோ அல்லது பொருளையோ ஏலத்தில் விட்டுத் தமது கடனைத் திருப்பி எடுத்துக் கொள்ளும்.

பாதுகாப்பில்லாத கடன்கள் என்பவை உங்களது வருமானம், திருப்பிச் செலுத்தும் சக்தி போன்றவற்றின் அடிப்படையில் வழங்கப்படும் கடன்கள். எடுத்துக்காட்டு: தனிநபர்க் கடன் (Personal Loan), கடன் அட்டை (Credit Card) போன்றவை. விஷயம் தெரிந்தவர்கள் மிகவும் பாதுகாப்பான கடன் என்று வீட்டுக் கடனைச் சொல்லுவார்கள். அதற்குப் பல்வேறு காரணங்கள் உண்டு என்றாலும் முக்கியமான காரணம் என்று சிலவற்றைச் சொல்லலாம்.

வீடு என்பது கார், இருசக்கர வாகனம் போல் அல்லாது ஒரு நகராத சொத்து. நாளைக்குக் கடன் வாங்கிய மனிதர்கள் வேண்டுமானால் எங்கேயும் ஓடிப் போகலாம். ஆனால் வீட்டினை எங்கேயும் தூக்கிக் கொண்டு போக இயலாது.

அதே போல கார், இருசக்கர வாகனம் போன்றவற்றின் மதிப்பு நாளாக, நாளாகக் குறைந்து கொண்டே போகும். ஆனால் பொதுவாக வீட்டின் மதிப்பு ஏறுமுகமாகத்தான் இருக்கும்.

மேலும், இந்தியா போன்ற நாடுகளில் வீடு என்பது ஒரு உணர்வுபூர்வமான விஷயம். இயன்ற வரை, யாராக இருந்தாலும், கடனைத் திருப்பிச் செலுத்தி வீட்டைச் சொந்தமாக்கிக் கொள்ளத்தான் பார்ப்பார்கள்.

இது போன்ற சில விஷயங்கள்தான் வீட்டுக் கடனை மிகவும் பாதுகாப்பான கடன் என்று சொல்ல வைக்கிறது. அதனால்தான், அனைத்து வங்கிகளும், நிதிநிறுவனங்களும் வீட்டுக் கடன் வழங்குவதில் மிகுந்த ஈடுபாடு காட்டுகின்றனர்.

அது மட்டுமன்றி, என்.ஹைச்.பி—யும் இந்த நிறுவனங்கள் வீட்டுக் கடனை அதிகமாய்த் தருவதை ஊக்குவிக்க, குறைந்த வட்டியில் (Subsidary Rate) கடன் கொடுக்கிறது. எதற்காக என். ஹைச்.பி. குறைந்த வட்டியில் கடன் கொடுத்து வீட்டுக் கடனை அதிகரிக்க வேண்டும் என்ற கேள்வி உங்களுக்கு வரலாம்.

வீட்டுக் கடன் அதிகமாய்த் தருகிறார்கள் என்றால் என்ன அர்த்தம்? வீடுகள் அதிகமாகக் கட்டப்படுகின்றன என்றுதானே அர்த்தம். வீடுகள் அதிகமாய்க் கட்டப்படுகின்றன என்றால், மக்களின் வாழ்க்கைத்தரம் உயர்கிறது என்று அர்த்தம். அதுமட்டும் அல்ல, வீடு கட்டும் கட்டுமானத் துறை வேகமாய் வளரும் போது அதைச் சார்ந்த துறைகளான இரும்பு, சிமெண்ட் போன்ற துறைகளும் வளரும். அதிகப்படியான தொழிலாளர்களுக்கு வேலை கிடைக்கும். இப்படி நாட்டின் பொருளாதார வளர்ச்சிக்கு மறைமுகமாய் உதவி செய்கிறது வீட்டுக் கடன். இப்போது தெரிகிறதா அரசு வீட்டுக் கடன்களை ஏன் ஊக்குவிக்கிறது என்று.

வீட்டுக் கடன் – அறிமுகம்

வங்கிகளும் நிதிநிறுவனங்களும் வீட்டுக் கடன் தருகின்றன என்பது தெரியும். ஆனால் அவை எதற்கெல்லாம் வீட்டுக் கடன் தருகின்றன எனத் தெரியுமா?

பொதுவாக வீடு கட்ட, வீடு வாங்க, வீட்டை விரிவாக்க, வீட்டினைப் பழுதுபார்க்க என்று நான்கு விதமான கடன்களைத் தருகின்றன. இவை தவிர வீட்டு அடமானக்கடன், டேக் ஓவர் எனப்படும் ஒரு வங்கியில் இருந்து மற்ற வங்கிக்குக் கடன் தொகையினை மாற்றத் தரப்படும் கடன் போன்றவற்றையும் சில நிறுவனங்கள் வழங்குகின்றன.

உங்களிடம் ஓர் இடம் இருக்கிறது, அதில் வீடு கட்டலாம் என்று நினைத்தால் நீங்கள் வீடு கட்ட வழங்கப்படும் கடனுக்கு (Construction Loan) அனுமதி கோரலாம். நீங்கள் எந்தத் தொகைக்கு (Estimate) வீடு கட்டப் போகின்றீர்களோ அதில் ஒரு குறிப்பிட்ட சதவீதம் வரை கடன் தருவார்கள். (தற்போதைய நிலவரப்படி 75% முதல் 90% வரை கடன் தருகிறார்கள். வங்கியைப் பொறுத்து இந்த சதவீதம் மாறுபடும்). இந்தக் கடனானது மூன்று அல்லது நான்கு தவணைகளில் (Stage by Stage) வழங்கப்படும். பொதுவாக, இந்தக் கடனில் வீட்டின் எஸ்டிமேட் அதாவது வீடு கட்டுவதற்கான செலவு மட்டுமே கருத்தில் கொள்ளப்படும். சில நிறுவனங்கள் இடம் வாங்கி அதில் வீடு கட்டுவதற்கு (Plot Purchase & Construction Loan) கடன் தருகிறார்கள்.

சிலர் ஏற்கெனவே கட்டப்பட்ட வீட்டினை வாங்க விரும்புவார்கள். அவர்கள் வீடு வாங்க (Purchase Loan) வழங்கப்படும் கடன் கேட்கலாம். சொத்தின் அரசு மதிப்பில் (Government Guideline Rate) குறிப்பிட்ட சதவீதம் கடனாக வழங்கப்படும். இது ஒரே தவணையில் வழங்கப்படும்.

பொதுவாக வீட்டினை நமது பெயருக்குப் பதியும் நாளில், நேரடியாக வீட்டினை விற்பவரின் பெயருக்கே வரைவோலை (DD) தந்து விடுவார்கள்.

வசிக்கும் வீட்டினை சிலர் விரிவாக்க ஆசைப்படுவார்கள். மாடியிலோ அல்லது தரைத்தளத்திலோ விரிவாக்கம் செய்து கட்டுவார்கள். இவர்கள் வீடு விரிவாக்கக் கடனுக்கு (Extension Loan) அணுகலாம். வீடு கட்ட வழங்கப்படும் கடன் போலவே எஸ்டிமேட்டில் குறிப்பிட்ட சதவீதம் கடனாக வழங்குவார்கள். இரண்டு அல்லது மூன்று தவணைகளில் கடன் தொகையானது வழங்கப்படும். பழைய வீட்டினைச் சரி செய்யவும், பழுது பார்க்கவும் விரும்பினால் வீடு பழுது பார்ப்புக் கடன் (Improvement/ Renovation Loan) பெறலாம். வீட்டில் என்ன என்ன வேலை செய்யப் போகிறீர்கள் என்ற பொறியாளரின் மதிப்பீட்டில் (Estimate) குறிப்பிட்ட சதவீதம் கடனாகக் கிடைக்கும். இதுவும் இரண்டு அல்லது மூன்று தவணைகளில்தான் வழங்கப்படும்.

இந்த நான்கு கடன்கள்தான் பொதுவான வீட்டுக் கடன்கள். இதைத் தவிர வீட்டு அடமானக் கடன்களை (Mortgage loans / Loan against Property) சில நிறுவனங்கள் வழங்குகின்றன. அவசரத் தேவைகளுக்காக, வீட்டினை அடமானம் வைத்து கடன் வாங்கிக் கொள்ளலாம். சொத்தின் மதிப்பிற்கு ஏற்றது போல் கடன் தருவார்கள்.

இதைத் தவிர உள்ள இன்னொரு முக்கியமான கடன், டேக் ஓவர் லோன் (Take over loan) எனப்படும் கடன். நீங்கள் ஏற்கெனவே ஒரு நிறுவனத்தில் வீட்டுக் கடன் வாங்கி உள்ள வேளையில், வட்டியின் பொருட்டோ அல்லது சேவைக்குறைபாடு காரணமாகவோ வேறு நிறுவனத்திற்கு உங்கள் கடனை மாற்ற விரும்பினால் இந்தக் கடன் வசதிக்கு அணுகலாம். உங்கள் கடனில் அன்றைய தேதிக்கு என்ன மீதித் தொகை இருக்கிறதோ (Loan Balance) அந்தத் தொகையினை நேரடியாக மேற்படி நிறுவனத்திற்குச் செலுத்தி விடுவார்கள்.

பெரும்பாலும் இந்த டேக் ஓவர் லோனுடன் டாப் அப் (Top-up loan) எனப்படும் கடனும் வழங்கப்படுகிறது. அதாவது, ஏற்கெனவே உள்ள உங்கள் வீட்டுக் கடனின் மீதித் தொகையினைச் செலுத்தியது போக உங்கள் சொத்தின் அன்றைய மதிப்புக்கேற்றது போல் கொஞ்சம் அதிகத்

தொகையினை நீங்கள் கடனாகப் பெற்றுக் கொள்ளலாம். முதலில் நீங்கள் ஏற்கெனவே கடன் வாங்கியிருந்த நிறுவனத்தின் பெயரில் நிலுவைத் தொகையினை வரைவோலையாகத் தருவார்கள். அதனை வைத்து உங்கள் கடனை பைசல் செய்து, பத்திரங்களைத் திருப்பி வாங்கி இந்த நிறுவனத்தில் கொடுத்த பின், மீதம் உள்ள கடன் தொகையினை உங்களுக்குத் தருவார்கள். இந்த டாப் அப் தொகைக்கு மட்டும் சற்றே அதிக வட்டி வாங்குவார்கள்.

வீட்டுக் கடன் பற்றி விரிவாகப் பார்ப்பதற்கு முன்னால் சில அடிப்படை விஷயங்களைப் பார்த்து விட்டோம். வீடு கட்டும் பாஷையில் சொன்னால் அஸ்திவாரத்திற்கான வேலைகளைச் செய்து விட்டோம். இனி கட்டடம் எழுப்பலாம்.

வட்டி – ஒரு அலசல்

வீட்டுக் கடன் வாங்குபவர்களுக்குக் குழப்பம் தரும் முக்கியமான விஷயம் வட்டிவிகிதம் (Interest rate).

பொதுவாகவே ஒரு கடன் வாங்கும்போது, அதன் வட்டிவிகிதத்தின் அடிப்படையில்தான் அதனை வாங்குவதா இல்லை வேண்டாமா என முடிவு செய்வது மனித இயல்பு. ஆனால் ஏற்கெனவே கூறியது போல, ஒரு வீட்டுக் கடன் வாங்கும் வேளையில் வட்டிவிகித்துடன் அதைக் கணக்கிடும் முறையையும் கருத்தில் கொள்வது நலம். வட்டி என்பதனைப் பொறுத்த வரை, சந்தையில் உங்களைக் குழப்புவதற்கு ஏகப்பட்ட விஷயங்கள் உள்ளன. நிலையான வட்டிவிகிதம் என்பார்கள். மாறுபடும் வட்டிவிகிதம் என்பார்கள். டிம்னிஷிங்க் ரேட் என்பார்கள். அரியர் ஸ்கீம் என்பார்கள். (நீங்கள் தலை சுற்றிக் கீழே விழும் வரை விட மாட்டார்கள்)

இவை ஒன்றும் பெரிய விஷயங்கள் அல்ல. மொத்தம் மூன்று பிரிவுகள் என்று ஞாபகம் வைத்துக் கொள்ளுங்கள்.

1. நிலையான வட்டிவிகிதம் (Fixed Rate) X மாறுபட்ட வட்டிவிகிதம் (Floating Rate).
2. ஃப்ளாட் ரேட் (Flat Rate) X டிம்னிஷிங் ரேட் (Diminishing Rate)
3. அரியர் ஸ்கீம் (Arrear Scheme) X அட்வான்ஸ் ஸ்கீம் (Advance Scheme).

இப்போது இந்த ஜோடிகளை ஒப்பிட்டால் சுலபமாய் விளங்கி விடும்.

நிலையான வட்டிவிகிதம் (Fixed Rate) X மாறுபட்ட வட்டிவிகிதம் (Floating Rate).

இது வட்டி சதவிகிதத்தினை அடிப்படையாகக் கொண்ட பிரிவு என்று சொல்லலாம்.

ஒரு பத்துப் பதினைந்து வருடத்திற்கு முன்னால் எல்லாம் ஃபுளோட்டிங்க் ரேட் என்னும் சொல் அதிகமாக உச்சரிக்கப் படவில்லை.

ஒரு முறை ஒரு குறிப்பிட்ட வட்டியில் கடன் வாங்கினால், உங்கள் கடனுக்குரிய காலம் முடியும் வரை அந்த வட்டியில் மாற்றம் இருக்காது. ஆனால் சில வருடங்களுக்கு முன்னே வீட்டுக் கடன் சந்தையில் ஏற்பட்ட மாற்றத்தில், அனைத்து நிறுவனங்களுமே முன்னெப்பொழுதும் இல்லாத வகையில், வட்டியினைக் குறைக்க ஆரம்பித்தார்கள். அதன் காரணமாக, புதிதாக வீட்டுக் கடன் வாங்குபவர்கள் மிகுந்த பயன் அடைந்தனர். ஆனால், முன்னர் கடன் வாங்கியவர்கள் இன்னும் பழைய அதிக வட்டிக்கே கடனைக் கட்ட வேண்டிய கட்டாயத்தில் இருந்தார்கள். அப்படியான சூழலில்தான் ஃப்ளோட்டிங் ரேட் எனப்படும் மாறுபட்ட வட்டிவிகிதம் அதிகப்படியான புழக்கத்திற்கு வர ஆரம்பித்தது.

இந்த முறையில் கடன் வாங்கினால், சந்தையில் வட்டிவிகிதம் குறையும் போது உங்கள் கடனுக்கான வட்டியும் குறையும். ஒருவேளை அதிகரித்தால், இதுவும் அதிகரிக்கும். இதுதான் விஷயம். சுருக்கமாக, நிலையான வட்டிவிகிதத்தில், உங்கள் கடனுக்குரிய வட்டி கடைசி வரை மாறாது. மாறுபடும் வட்டிவிகிதத்தில் சந்தைக்கேற்றது போல் மாறிக்கொண்டேயிருக்கும்.

சரி, வட்டி குறையும் போது நமக்கு லாபம்தான். ஒரு வேளை வட்டி அதிகரித்தால் நமக்கு நட்டம்தானே, என்ன செய்வது என்று சிலர் யோசிக்கக்கூடும். கூழுக்கும் ஆசை மீசைக்கும் ஆசை என்கிறீர்களா? ஆனால் சில நிறுவனங்கள் இதற்கும் ஒரு வழி கண்டுபிடித்து இருக்கின்றனர். உங்கள் கடனில் பாதியினை நிலையான வட்டியிலும், மீதியினை மாறுபடும் விகிதத்திலும் பெற்றுக் கொள்ளலாம். இது எப்படி இருக்கிறது?

ஃப்ளாட் ரேட் (Flat Rate) X டிம்னிஷிங் ரேட் (Diminishing Rate)

இது வட்டி கணக்கிடும் முறையினை அடிப்படையாகக் கொண்டு சொல்லப்படுவது.

ஃப்ளாட் ரேட் வட்டிவிகிதமானது பெரும்பாலும் (முற்றிலுமாக என்று கூடச் சொல்லலாம்) வீட்டுக் கடன் நிறுவனங்களால் உபயோகப்படுத்தப்படுவதில்லை.இருசக்கர வாகனக்கடன் போன்ற குறுகிய கடன்களுக்குத்தான் இம்முறையானது பெரும்பாலும் பயன்படுத்தப்படுகிறது. ஆனாலும், இதனைப் பற்றித் தெரிந்து கொண்டால்தான் டிம்னிஷிங் ரேட்டின் உபயோகங்களை முற்றிலுமாக விளங்கிக் கொள்ள இயலும்.

ஃப்ளாட் ரேட் வட்டி கணக்கிடும் முறையில், மொத்தத் தவணைக் காலத்திற்கும் மொத்தமாய் வட்டி கணக்கிடப்பட்டு அது அசலுடன் சேர்க்கப்படுகிறது. இதை மாதாமாதம் சரிசமமாகப் பிரித்து தவணையாகச் செலுத்த வேண்டும். இன்னும் எளிமையாகப் புரிந்து கொள்ள ஒரு சிறிய கணக்கீட்டைப் பார்க்கலாம்.

ஒரு லட்ச ரூபாய், *19.99%* வருட வட்டியில் கடனாகப் பெறுகிறீர்கள் என்று வைத்துக் கொள்வோம். *3* வருடங்களில் *(36* மாதத் தவணைகள்) திருப்பிச் செலுத்த ஒப்புக் கொள்கிறீர்கள். இப்போது ஃப்ளாட் ரேட் கணக்கீட்டின் படி, பின்வருமாறு தவணைத்தொகையினை முடிவு செய்வார்கள்.

மூன்று வருடங்களுக்கான வட்டி – ரூ.1,00,000 X *19.99%* X *3வருடங்கள் – ரூ59,970. அசல் ரூ 1,00,000 ஆக மொத்தம் 1,59,970 ரூபாயை நீங்கள் திருப்பிச் செலுத்த வேண்டும். உங்களின் தவணைக் காலம் 36 மாதங்கள். எனவே உங்கள் தவணைத்தொகை (ரூ 1,59,970/36மாதங்கள்) – ரூ4,444.*

இப்போது, டிம்னிஷிங் ரேட் பற்றிப் பார்க்கலாம்.

ஃப்ளாட் ரேட் கணக்கீட்டினைப் பார்த்தபோது உங்களுக்குப் புரிந்திருக்கும் தவணைத் தொகை (EMI) என்பது அசலும் வட்டியும் சேர்த்துத் திருப்பிக் கட்டுவது என்று. அதுதான் மிக முக்கியம்.

ஃப்ளாட் ரேட்டைப் பொருத்தவரை, நம் தவணைத்தொகையில் உள்ள அசல் பகுதி பெரிதாய் நமக்கு உதவுவது இல்லை. ஆனால் டிம்னிஷிங் ரேட்டைப் பொருத்த வரை இதில் ஒவ்வொரு மாதமும் நீங்கள் தவணை செலுத்தும்போது அதில் உள்ள அசல் தொகையானது நேரடியாக உங்கள் அசலில் கழிக்கப்படும். அதனால் என்ன பயன் என்ற கேள்வி மனதில் வரும்.

முதல் மாதம் உங்கள் கடன் தொகையிலிருந்து அந்த மாதத்திற்கான தவணைத் தொகையின் அசல் கழிக்கப்பட்டால், இரண்டாவது மாதம் உங்கள் கடன் நிலுவைத்தொகை கண்டிப்பாய்க் குறைந்திருக்கும் அல்லவா? அப்படியென்றால் இரண்டாம் மாதத்தில் வட்டி குறையும் அல்லவா? அதுதான் விஷயம்.

இரண்டாம் மாதத்தில் வட்டி குறையும்போது, தவணைத்தொகையில் உள்ள அசல் பகுதி தானாகவே அதிகரிக்கும். அதனால் அந்த மாதத்தில் உங்கள் கடன் நிலுவை சற்றே அதிகமாகக் குறையும். இப்படி ஒவ்வொரு மாதமும் உங்கள் தவணைத் தொகையில் உள்ள வட்டிப் பகுதி குறைந்து கொண்டே செல்ல அசல் பகுதி அதிகரித்துக் கொண்டே செல்லும்.

இதனையும் ஒரு எளிய கணக்கீட்டின் மூலம் தெளிவாக்கிக் கொள்ளலாம்.

ஒரு லட்ச ரூபாய் கடனுக்கு 19.99% வருட வட்டிக்கு 36 மாதத்தவணை, டிம்னிஷிங் ரேட் கணக்கீட்டின்படி, ரூ 3,716 ஆகும். (ஃப்ளாட் ரேட் கணக்கீட்டின்படி ரூ 4,444 என்பதைக் கவனிக்கவும்.) (இந்த 3,716 எப்படி வந்தது என்பதனைப் பின்னால் பார்ப்போம்.)

இப்போது மேலே சொன்ன கணக்கீட்டினைக் கீழே உள்ள அட்டவணையின் மூலம் புரிந்து கொள்ளலாம்.

அட்டவணையை உற்று நோக்கியிருந்தால் வட்டியானது

மாதம்	மாதத் தவணை	வட்டி	அசல்	கடன் நிலுவை	விளக்கம்
1	3716	1666	2050	97950	வட்டி 100000*19.99% / 12 =1666 கடன் நிலுவை= 100000—2050=97950
2	3716	1632	2084	95866	வட்டி—97950*19.99% / 12 =1632 கடன் நிலுவை =97950—2084=95866

3	3716	1597	2119	93746	வட்டி—95866*19.99% / 12 =1597 கடன் நிலுவை =95866—1597=93746
4	3716	1562	2154	91592	
5	3716	1526	2190	89402	
6	3716	1489	2227	87175	
7	3716	1452	2264	84911	
8	3716	1414	2302	82610	
9	3716	1376	2340	80270	
10	3716	1337	2379	77891	
11	3716	1298	2418	75473	
12	3716	1257	2459	73014	
13	3716	1216	2500	70514	
14	3716	1175	2541	67973	
15	3716	1132	2584	65389	
16	3716	1089	2627	62762	
17	3716	1046	2670	60092	
18	3716	1001	2715	57377	
19	3716	956	2760	54617	
20	3716	910	2806	51811	
21	3716	863	2853	48958	
22	3716	816	2900	46057	
23	3716	767	2949	43109	
24	3716	718	2998	40111	
25	3716	668	3048	37063	
26	3716	617	3099	33964	
27	3716	566	3150	30814	
28	3716	513	3203	27611	
29	3716	460	3256	24355	
30	3716	406	3310	21045	
31	3716	351	3365	17680	
32	3716	295	3421	14258	
33	3716	238	3478	10780	
34	3716	180	3536	7243	
35	3716	121	3595	3648	
36	3716	61	3655	—7	

முதல் மாதம் ரூ 1,666ல் ஆரம்பித்து, ஒவ்வொரு மாதமும் கொஞ்சம் கொஞ்சமாய்க் குறைந்து, கடைசி மாதத்தில் ரூ 61க்கு வந்து நிற்பதைக் கவனிக்கலாம். அதே போல, அசல் பகுதியானது முதல் மாதம் ரூ 2,050ல் ஆரம்பித்து, கொஞ்சம் கொஞ்சமாய் அதிகரித்து, கடைசி மாதத்தில் ரூ 3,655க்கு வந்திருக்கும். கடன் நிலுவைத் தொகையும் (Loan Balance) குறைந்து கொண்டே வந்து, கடைசி மாதத்தில் கடன் முற்றுப் பெற்றுள்ளதையும் கவனிக்கலாம்.

இந்த முறையின் இன்னொரு முக்கியமான பயன் என்னவென்றால், கடன் காலத்தின் இடையில் எப்போதேனும், நீங்கள் கடனை முடித்துக் கொள்ள விரும்பினால், அன்றைய தேதியில் உள்ள கடன் நிலுவைத் தொகையினைச் செலுத்தினால் போதும். (சில நிறுவனங்கள் அந்த கடன் நிலுவைத்தொகையிலிருந்து ஒரு குறிப்பிட்ட சதவீதத் தொகையினை (Foreclosure Charges) கடனை இடையில் முடிப்பதற்கான கட்டணமாக வாங்குவார்கள். அது பற்றிய விபரத்தைப் பின்னால் காண்போம்.)

டிம்னிஷிங்க் ரேட்டில் மூன்று முறைகள் உள்ளன. டெய்லி ரெஸ்ட் (Daily Rest), மன்த்லி ரெஸ்ட் (Monthly Rest) மற்றும் இயர்லி ரெஸ்ட் (Yearly Rest). இது ஏதோ பெரிய விஷயம் என்று குழப்பிக் கொள்ள வேண்டாம்.

மேலே உள்ள அட்டவணையில் பார்த்தீர்களல்லவா, ஒவ்வொரு மாதமும் உங்கள் தவணைத் தொகையில் உள்ள அசல் பகுதியானது உங்கள் கடன் நிலுவைத்தொகையில் கழிக்கப்பட்டு, அடுத்த மாதத்தில் அதற்கான வட்டி குறைக்கப்படும். இதுதான் மன்த்லி ரெஸ்ட். அதாவது மாதம்தோறும் குறையும் திட்டம். இயர்லி ரெஸ்ட் என்பதில், வருடத்திற்கு ஒருமுறை மட்டுமே நீங்கள் கட்டிய அசல் பகுதி கடன் நிலுவையில் கழிக்கப்படும். அது வருடந்தோறும் குறையும் திட்டம். டெய்லி ரெஸ்ட் என்பது தினசரி குறையும் திட்டம்.

இன்றைய நடைமுறையினைப் பொறுத்தவரை, மன்த்லி ரெஸ்ட் எனப்படும் மாதம்தோறும் குறையும் திட்டம்தான் பொதுவாக உபயோகப்படுத்தப்படுகிறது. (ஒரு வேளை, நீங்கள் வீட்டுக் கடனுக்கு அணுகும் நிறுவனங்கள் இயர்லி ரெஸ்ட் முறைதான் பின்பற்றும் என்றால், மன்த்லி ரெஸ்ட் திட்டத்தோடு ஒப்பிட்டால் கண்டிப்பாக அது உங்களுக்கு

ஒரு சிறிய நட்டத்தைத்தான் ஏற்படுத்தும்.)

அரியர் ஸ்கீம் (Arrear Scheme) – அட்வான்ஸ் ஸ்கீம் (Advance Scheme):

இது தவணைத் தொகையினை செலுத்தும் முறையினைப் பொறுத்துச் சொல்லப்படும் பிரிவு.

அந்தந்த மாதங்களின் தவணையை அதே மாதத்தில் செலுத்துவதை அட்வான்ஸ் ஸ்கீம் என்றும், நடப்பு மாதத்தின் தவணையை அடுத்த மாதத்தில் செலுத்துவதை அரியர் ஸ்கீம் என்றும் சொல்லுவார்கள். இவ்வளவுதான் விஷயம். இனி யாரும் உங்களை டிம்னிஷிங், மன்த்லி ரெஸ்ட், அரியர் ஸ்கீம் என்று பயமுறுத்த முடியாது. வட்டி என்ற மாயாஜாலம் இப்போது உங்களைப் பயமுறுத்தாது என்று நினைக்கின்றேன்.

இரண்டு முக்கியப் பதங்கள்

வீட்டுக் கடன் பற்றி அறிந்து கொள்ள முற்படும் எல்லோரும் கண்டிப்பாக அறிந்து கொள்ள வேண்டிய இரண்டு முக்கியப் பதங்கள் உள்ளன. இ.எம்.ஐ. (EMI) மற்றும் பிரீ இ.எம்.ஐ. (Pre EMI)

இ.எம்.ஐ. (EMI):

இன்றைய தேதியில் கடன் சந்தையில் (கவனிக்கவும் வீட்டுக் கடன் சந்தை என்று சொல்லவில்லை. பொதுவாகக் கடன் சந்தை என்று சொல்லுகிறேன்) மிகப் பிரபலமான வார்த்தை இ.எம்.ஐ. சொல்லப் போனால் நிறைய மனிதர்களின் வாழ்க்கையே இதில்தான் ஓடிக் கொண்டிருக்கிறது.

Equated Monthly Installment என்பதின் சுருக்கம்தான் இ.எம்.ஐ. அதாவது சமப்படுத்தப்பட்ட மாதத்தவணை. சென்ற அத்தியாயத்தில் டிம்னிஷிங் ரேட் பற்றிப் பார்த்தோமல்லவா? அதில் சொல்லப்பட்ட மாதத்தவணை என்பதுதான் இ.எம்.ஐ. அதாவது நீங்கள் வாங்கிய கடனுக்கான அசல் மற்றும் வட்டியினை திருப்பிச் செலுத்த, ஒவ்வொரு மாதமும் சமமான தொகையாக மாற்றப்பட்டது.

டிம்னிஷ்ங் ரேட் கணக்கீடு முறையில் நீங்கள் கவனித்திருக்கலாம், முதல் மாதத்தில் ஆரம்பித்து கடைசிமாதம் வரையில் நீங்கள் கட்ட வேண்டிய தவணைத் தொகை (அதாவது, இ.எம்.ஐ) மாறாமல் சமமாக இருக்கும். ஆனால் அந்த தவணைக்குள் நம் கண்களுக்குத் தெரியாமலே வட்டி குறைந்து கொண்டும் அசல் அதிகரித்துக் கொண்டும் இருக்கும். இதுதான் இ.எம்.ஐ. சரி, இதை எப்படிக் கணக்கிடுகிறார்கள்? இந்த நிலைக்கு அது தேவை இல்லை என்றாலும், அதனைக் கணக்கிடும் சூத்திரத்தை மட்டும் தெரிந்து கொள்ளுங்கள்.

EMI = P * R (1+R) ^N / (1+R) ^N-1

ஒரு சிறிய கணக்கீட்டின் மூலம் இதனைப் புரிந்து கொள்வோம்.

1 லட்ச ரூபாய் கடனுக்கு 3 வருடம் அதாவது 36 மாதங்களின் தவணை 19.99% வட்டிவிகிதத்தில் என்ன என்று கணக்கிடுப் பார்ப்போம்.

P = அசல் = ரூ1,00,000/—

R = வட்டி (மாதத்திற்கு) = 19.99% = 19.99/ (12 X 100) = 0.01666

N = தவணைக் காலம் = 36 மாதங்கள்

EMI = 1,00,000 X 0.01666 X (1+0.01666) ^ 36 / (1+0.01666) ^ 36—1

முதல் படி = 1,00,000 X 0.01666 = 1666

இரண்டாம் படி = (1+0.01666) ^ 36 = 1.8127

மூன்றாம் படி = (1+0.01666) ^ 36—1 = 0.8127

இறுதியாக,

EMI = (1666 X 1.8127) / 0.8127 = 3715.96

அதாவது ரூ.3716/—

அவ்வளவுதான்

பிரீ இ.எம்.ஐ. (Pre EMI):

இ.எம்.ஐ. அண்ணன் என்றால் பிரீ இ.எம்.ஐ. தம்பி என்று சொல்லலாம். விளங்கவில்லையா? பார்ப்போம்.

மற்ற கடன்களைப் போல் இல்லாது, வீட்டுக் கடனானது இரண்டு மூன்று தவணைகளில் வழங்கப்படுகிறது. (வீட்டுக் கடன் அறிமுகத்தில் படித்தோம் ஞாபகம் இருக்கிறதா?)

ஏன் இப்படித் தருகிறார்கள்? நீங்கள் ஒரு கார் வாங்க கடன் கேட்கிறீர்கள். என்ன செய்வீர்கள்? முதலில் நான்கு சக்கரம் வாங்கி விட்டு, அப்புறம் எஞ்சின் வாங்கி விட்டு, அதன் பின் காரின் மேற் கூரை வாங்குவீர்களா? இல்லை அல்லவா? கார் வாங்க முடிவு செய்தவுடன் ஷோ ரூமுக்குப்

போவீர்கள். உங்களுக்குப் பிடித்த காரினைத் தேர்ந்தெடுப்பீர்கள். உங்களுக்குக் கடன் தரும் நிறுவன அதிகாரிகள் வருவார்கள். அவர்கள் கண்களுக்கு முன்னால் கார் இருக்கும். காருக்கான கடன் அனுமதியினைத் தந்து விடுவார்கள்.

அதே வேளையில், நீங்கள் ஒரு வீடு கட்ட கடன் கேட்கிறீர்கள். அதிகாரிகளிடம் எதனைக் காட்டுவீர்கள்? காலி இடத்தைத்தானே? இங்கே ஹால் (Hall) வருகிறது, இங்கே சமையலறை (Kitchen) வருகிறது, இங்கே படுக்கையறை (Bed-room) வருகிறது என்று ஒரு வரைபடம் (Plan) தருவீர்கள். (எல்லாமே வருங்காலத்தில் நடக்கப் போகும் விஷயங்கள்.)

அப்படி இருக்கையில், இல்லாத அல்லது இனிமேல் வரப்போகும் ஒரு பொருளின் பெயரில் எப்படிக் கடன் கொடுப்பார்கள். அதற்காக வீட்டினைக் கட்டி முடித்து விட்டா வீட்டுக் கடன் கேட்க முடியும்? (அப்படிக் கட்டி முடித்து விட முடியும் என்றால் கடனே தேவைப்படாதே!) எனவேதான், வீட்டுக் கடனானது மூன்று அல்லது நான்கு தவணைகளில் வழங்கப்படுகிறது.

முதலில், நம் சொந்தச் செலவில் (Own Contribution) அஸ்திவாரம் (Foundation) போட்டு பேஸ்மென்ட்டினை (Basement) எழுப்ப வேண்டும். அதன் பின் அதற்கேற்றவாறு முதல் தவணை தருவார்கள். பின்னர் இந்தத் தொகையினைக் கொண்டு கட்டடத்தைக் கூரை மட்டத்திற்குக் (Roof satge) கொண்டு செல்ல வேண்டும். அதன்பின் இரண்டாவது தவணை தருவார்கள். கட்டடம் முடியும் தறுவாயில், மூன்றாவது தவணை தருவார்கள். கட்டடத்திற்கான செலவு மற்றும் நிலையினைப் பொறுத்து இரண்டு தவணையில் கூடக் கிடைக்கலாம். (சில வேளைகளில் மூன்று தவணைக்கு மேலே கூடப் போகலாம்.) பிரீஇ.எம்.ஐ. பற்றிப் பேசாமல், ஏன் இதனைப் பற்றிப் பேசிக் கொண்டிருக்கிறேன் என்று பார்க்கிறீர்களா? தொடர்பு இருக்கிறது.

நீங்கள் ஒரு வங்கியில், பத்து லட்ச ரூபாய் வீட்டுக் கடன் கேட்டு, அது அனுமதிக்கப்பட்டு விட்டது என்று வைத்துக் கொள்வோம். வங்கியில், உங்கள் கடனைத் திருப்பிச் செலுத்த, மாதாமாதம் ரூ 12,000 இ.எம்.ஐ. செலுத்தச் சொல்கிறார்கள். நீங்களும் ஒப்புக் கொண்டவுடன், உங்களுக்கு முதல் தவணையாக, மூன்று லட்ச ரூபாய் தருகிறார்கள்.

இந்த நிலையில், நீங்கள் பத்து லட்ச ரூபாய்க்கான இ.எம்.ஐ. ரூ 12,000த்தை செலுத்துவீர்களா? கண்டிப்பாக ஒப்புக் கொள்ள மாட்டீர்கள்தானே? சரி, அப்படியானால், நீங்கள் வாங்கிய மூன்று லட்ச ரூபாயினை வங்கி மறந்து விடுமா? கிடையாது அல்லவா? நாம் வாங்கிய பணத்திற்குக் கண்டிப்பாய் வட்டி கட்ட வேண்டும். அந்த வட்டியின் பெயர்தான் பிரீ இ.எம்.ஐ.

நமது கடனின் முழுத் தொகையினையும் நாம் பெறும் வரை, நாம் பெற்ற தொகைக்கான வட்டியினை மட்டும் மாதந்தோறும் ப்ரீ இ.எம்.ஐ. என்ற பெயரில் செலுத்துகிறோம். பொதுவாக, இந்த பிரீ இ.எம்.ஐ. செலுத்தும் வேளையில்தான் நமக்குக் குழப்பம் அதிகமாக இருக்கும். ஒரு சிறிய எடுத்துக்காட்டினைப் பார்த்து விடுவோம். அதன் பின் உங்கள் குழப்பம் தீர்ந்து விடும்.

மேலே சொன்னது போலவே, ஒரு வாடிக்கையாளர் பத்து லட்ச ரூபாய் வீட்டுக் கடன் 12% வட்டியில் பெறுகிறார் என வைத்துக் கொள்வோம். முதல் தவணையாக ரூ 3 லட்சத்தை ஏப்ரல் 20ல் பெறுகிறார். இரண்டாவது தவணை ரூ 5 லட்சம் மே 25லும், மூன்றாவது தவணை ரூ2 லட்சம் ஜுன் 20லும் வழங்கப்படுகின்றன. நமது கணக்கீட்டுக்காக ஒவ்வொரு மாதமும் ஒன்றாம் தேதி, தவணை நாள் (Due Date) என்று கொள்வோம்.

பின் வரும் அட்டவணையைப் பாருங்கள்.

தேதி	கடன் தொகை	தவணைத் தொகை	விளக்கம்
20.04.2014	3,00,000/-		
01.05.2014		986/—	ப்ரி இ.எம்.ஐ.=3,00,000 X 12%/365 X 10 நாட்கள் • கொடுக்கப்பட்ட தொகை ரூ.3,00,000. • ஆண்டு வட்டி 12%. நாள் கணக்கிற்காக 12% / 365.

			• ஏப்ரல் 20லிருந்து, மே1 வரை, இடைப்பட்ட நாட்கள் 10. (எல்லா மாதமும் ஒன்றாம் தேதிதான் தவணை எனச் சொல்லியிருக்கின்றோம் என்பதை நினைவில் கொள்க.)
25.05.2014	5,00,000/-		
01.06.2014		4,044/-	ப்ரி.இ.எம்.ஐ. = 3,00,000 X 12%/365 X 31 நாட்கள் + 5,00,000 X 12%/365 X 6 நாட்கள். • மூன்று லட்ச ரூபாய் நம் கைகளில் 31 நாட்கள் இருந்துள்ளது. அதே வேளையில், இரண்டாவது தவணை ஐந்து லட்ச ரூபாய் ஆறு நாட்கள் மட்டுமே நம் கையில் உள்ளது.
20.06.2014	2,00,000/-		
01.07.2014		8,548/-	ப்ரீ இ.எம்.ஐ. = 8,00,000 X 12%/365 X 30 நாட்கள் + 2,00,000 X 12%/365 X 10 நாட்கள். (ஒரு வேளை அட்வான்ஸ் ஸ்கீமில் உங்கள் கடன் அனுமதிக்கப் பட்டிருந்தால் இந்தத் தேதியில் உங்கள் இ.எம்.ஐ.யும் ஆரம்பித்து விடும்.)
01.08.2014		முதல் இ.எம்.ஐ.	(அரியர் ஸ்கீம் என்றால் இந்த மாதத்தில் தவணை ஆரம்பிக்கும்.)

வீட்டுக் கடனின் இரண்டு முக்கியப் பதங்களைப் பற்றி விரிவாகவே பார்த்து விட்டோம். இ.எம்.ஐ. என்பது அசலும் வட்டியும் சேர்ந்தது. ப்ரீ இ.எம்.ஐ. என்பது வட்டி மட்டும் என்று சுலபமாக ஞாபகம் வைத்துக் கொள்ளுங்கள்.

உங்களை மதிப்பிடலாமா?

வீட்டுக் கடன் கேட்டு ஏதோ ஒரு நிறுவனத்தைத் தொடர்பு கொள்கின்றீர்கள்.

“சார்... எனக்கு இருபது லட்சம் கடன் வேண்டும்.”

அவர்களும் பல கேள்விகள் கேட்பார்கள். உங்கள் வருமானம் என்ன? என்ன மதிப்பிற்கு வீடு கட்டப் போகின்றீர்கள்? யார் பெயரில் பத்திரம் இருக்கிறது? இப்படி பல விஷயங்களைக் கேட்பார்கள்.

கடைசியாய் “சார், உங்களுக்கு 15 லட்சம்தான் கடன் தர முடியும்” என்பார்கள்.

என்ன இது? கடனை நான்தானே திருப்பிச் செலுத்தப் போகிறேன், இருபது லட்சத்திற்கான இ.எம்.ஐ. என்னால் கட்ட முடியுமே அப்புறம் ஏன் தர மாட்டேன் என்கிறார்கள்? இப்படி உங்கள் மனதில் கேள்வி எழும். உங்களுக்கு மட்டுமல்ல, கிட்டத்தட்ட வீட்டுக் கடன் வாங்கும் அனைவருக்கும் மனதில் ஏற்படும் கேள்வி இதுதான். நமது கடனை எப்படி முடிவு செய்கிறார்கள்? பார்ப்போம்.

வீட்டுக் கடன் என்பது, இரண்டு விஷயங்களை அடிப்படையாகக் கொண்டது. ஒன்று, கடன் வாங்கும் நபர். இரண்டாவது கடனுக்குப் பிணையாகக் கொடுக்கப்படும் சொத்து மற்றும் அதன் மதிப்பு. இரண்டினைப் பற்றியும் தனித்தனியாகவே பார்த்து விடுவோம்.

தனிநபர் மதிப்பீடு:

ஒரு நபரினை மதிப்பிடும்போது, அவரின் மாத வருமானத்தை மட்டும் வைத்து அவரை மதிப்பிட்டு விடுவதில்லை. ஒரு நிறுவனம் கடன் தரும் விஷயத்தில் ஒரு தனி நபரின் மதிப்பீடு என்பது இரண்டு முக்கியக் காரணிகளைப் பொறுத்தது.

ஒன்று அவரின் திருப்பிச் செலுத்தும் திறன் (Repayment capacity). மற்றொன்று கடனைத் திருப்பிச் செலுத்தும் மன நிலை (Inclination towards repayment).

அது என்ன திருப்பிச் செலுத்தும் திறன்? சற்று விளக்கமாகப் பார்க்கலாம்.

ஒருவர் மாதம் பத்தாயிரம் சம்பாதிக்கிறார் என்று வைத்துக் கொள்வோம். அவரது குடும்பம் மனைவி, ஒரு குழந்தை என்று மூன்று நபர்கள் மட்டும் உள்ளடக்கியது. அதே போல, மற்றொருவர் அதே பத்தாயிரம் சம்பாதிக்கிறார். அவர் குடும்பம் மனைவி, நான்கு குழந்தைகள், அப்பா, அம்மா எனச் சற்றே பெரியது.

இந்த இரண்டு நபர்களின் செலவுகளையும் யோசித்துப் பாருங்கள். இருவரும் ஒரே போலச் சம்பாதித்தாலும், இரண்டாவது நபரின் செலவு அதிகம் அல்லவா? அப்படியானால் இரண்டாவது நபர் கடன் வாங்கினால் அதைத் திருப்பிச் செலுத்த முதல் நபரினைக் காட்டிலும் குறைவான தொகையினைத்தான் செலுத்த முடியும் அல்லவா? இந்த சூட்சுமத்தைத்தான் திருப்பிச் செலுத்தும் திறன் என்கிறார்கள்.

இப்படி ஒவ்வொரு நபருக்கும் வெவ்வேறு விதமாகத் திருப்பிச் செலுத்தும் திறன் உள்ளதால், பொதுவாக உங்களது மாத நிகர வருமானத்தில் (Net Salary) 40 முதல் 60% தொகையினை நீங்கள் கடனுக்காகச் செலுத்தலாம் என்று கணக்கிடுகிறார்கள். (இந்த சதவீதமானது ஒவ்வொரு நிறுவனத்தைப் பொறுத்தும் மாறுபடும்.) அதாவது இந்தத் தொகையினைத் தவிர மீதம் உள்ள தொகையானது உங்கள் குடும்பச் செலவுக்கும், எதிர்பாராச் செலவுகளுக்கும் பயன்படும் என்று கணக்கிடுகிறார்கள்.

இப்படி, மாதம் உங்களால் கடனுக்காக எவ்வளவு செலுத்த முடியும் என்று கணக்கிட்டு, அந்தத் தொகைக்கு ஏற்றவாறு உங்கள் கடன் தொகையினை முடிவு செய்கிறார்கள். ஆனால் இதுவே முடிவானது அல்ல. ஏனெனில், ஏற்கெனவே கூறியது போல், கடன் தொகையானது தனி நபர் வருமானம் மற்றும் சொத்தின் மதிப்பு என இரண்டு விஷயங்களைக் கொண்டு முடிவு செய்யப்படும் ஒன்று. எனவே இப்போது முடிவு செய்து வைத்துள்ள தொகையானது முடிவான ஒன்று கிடையாது. இப்போது அடுத்த தனிநபர் மதிப்பீட்டின் மற்றொரு அம்சமான, திருப்பிச் செலுத்தும் மனநிலை என்ற காரணியைப் பற்றிப் பார்ப்போம்.

திருப்பிச் செலுத்தும் மனநிலை:

சிலர் லட்சக்கணக்கில் சம்பாதிப்பார்கள். எங்கெல்லாம் கடன் கிடைக்கிறதோ அங்கெல்லாம் கடன் வாங்குவார்கள். ஆனால், கடன் கொடுத்தவர்கள் இரண்டு மூன்று முறை ஞாபகப்படுத்திக் கேட்டால்தான் திருப்பிக் கொடுப்பார்கள். இன்னும் சிலர், மிகச் சொற்பமான வருமானத்தில் இருப்பார்கள். கடன் வாங்கவே பயப்படுவார்கள். அப்படி வாங்கினாலும், சரியான நேரத்தில் திருப்பிக் கொடுத்து விடுவார்கள்.

இந்த இரண்டு மனிதர்களும் உங்களிடம் ஏதேனும் கடன் கேட்டு வந்தால், நீங்கள் யாருக்குக் கொடுப்பீர்கள்? கண்டிப்பாக இரண்டாவது மனிதருக்குத்தானே? ஏனென்றால், முதல் மனிதரின் வருமானம் என்னதான் அதிகமாக இருந்தாலும் அவரிடம் கடனைத் திருப்பிச் செலுத்தும் அக்கறை மிகவும் குறைவாக இருக்கிறது. தேவையில்லாமல், அவருக்குக் கடனைக் கொடுத்து விட்டு எதற்காக நாம் அல்லாட வேண்டும் எனத் தோன்றும். இதுதான் திருப்பிச் செலுத்தும் மனப்பான்மை.

சரி, திருப்பிச் செலுத்தும் திறனை ஒரு நபரின் வருமானத்தை வைத்துக் கணக்கிட்டுக் கொள்ளலாம். திருப்பிச் செலுத்தும் மனப்பாங்கை எப்படிக் கணக்கிடுவது? அதற்கு என்ன சூத்திரம் இருக்கிறது?

இதற்குச் சூத்திரமெல்லாம் கிடையாது. ஆனால், திறமையும் அனுபவமும் மிக்க வீட்டுக் கடன் அதிகாரிகள் உங்களிடம் கேட்கும் கேள்விகள் மூலமும், உங்களைப் பற்றிய விசாரணையில் கிடைக்கும் தகவல்கள் மூலமும், நீங்கள் ஏற்கெனவே ஏதேனும் கடன் வாங்கியிருந்தால் அதனை எவ்வாறு திருப்பிச் செலுத்தியிருக்கின்றீர்கள் என்பது போன்ற விஷயங்களின் மூலமும் உங்களின் திருப்பிச் செலுத்தும் மனநிலையினைக் கணக்கிடுகிறார்கள்.

மேலும், உங்களைப் பற்றிய கடன் விபரங்களை சிபில் ரிப்போர்ட் (CIBIL report) என்ற ஆவணத்தின் மூலமும் கடன் தரும் நிறுவனங்கள் பெற்றுக் கொள்ளும். உங்கள் திருப்பிச் செலுத்தும் மனநிலையினை வீட்டுக் கடன் அதிகாரிகள் புரிந்து கொள்ள இது உதவும். (சிபில் ரிப்போர்ட் என்பது மிக முக்கியமான அம்சமாகி விட்டது. இதனைப் பற்றி இன்னொரு அத்தியாயத்தில் விரிவாகப் பார்ப்போம்.)

அடுத்தது, சொத்து மற்றும் சொத்தின் மதிப்பு:

வீட்டுக் கடனை முடிவு செய்யும் இன்னொரு முக்கியமான விஷயம் பிணையாகக் கொடுக்கப்படும் சொத்து மற்றும்

சொத்தின் மதிப்பு. எப்படித் தனி நபர் மதிப்பீட்டில் இரண்டு காரணிகள் உள்ளனவோ, அதே போன்று இதிலும் இரண்டு காரணிகள் உள்ளன. ஒன்று சட்ட மதிப்பீடு, மற்றொன்று சொத்தின் மதிப்பீடு.

சட்ட மதிப்பீடு (legal scuritiny) என்பது, நாம் பிணையாகக் கொடுக்கும் சொத்தின் ஆவணங்களை முறையாக ஆராய்ந்து அதில் எந்த வில்லங்கமும் / பிரச்சினையும் இல்லாமல் இருக்க வகை செய்வது. எவ்வளவுதான் சொத்து அதிக மதிப்புமிக்கதாக இருந்தாலும், அது முறையான ஆவணங்கள் இன்றியோ அல்லது வில்லங்கத்துடன் இருந்தால் அதனைப் பிணையாகப் பெறுவதால் வங்கிக்கு என்ன பலன்? அதனால்தான் முறையான சட்ட வல்லுநர்கள் வீட்டுக்குரிய எல்லா ஆவணங்களையும் சரிபார்த்து அந்தச் சொத்தின் பெயரில் கடன் கொடுக்கலாமா அல்லது வேண்டாமா என்று சொல்கிறார்கள்.

சரி, எல்லா ஆவணங்களும் சரியாகவே இருக்கின்றன. சட்ட வல்லுநர்களும் கடன் தரலாம் எனச் சொல்லி விட்டார்கள். அடுத்தது என்ன?

இப்போது சொத்தின் மதிப்பினைப் பார்ப்பார்கள். ஏற்கெனவே நாம் பார்த்தது போல் வீடு கட்ட / விரிவாக்க / பழுதுபார்க்கும் கடன் வாங்கும் போது அதன் எஸ்டிமேட்டில் 75 முதல் 85% வரை கடன் தருவார்கள் (இதில் இடத்தின் மதிப்பு பெரும்பாலும் கணக்கில் எடுத்துக் கொள்ளப்படுவதில்லை). கட்டி முடித்த வீட்டினை வாங்கும்போது, அந்தச் சொத்தின் அரசு வழிகாட்டி மதிப்பு / பத்திரம் பதியும் தொகையில் 75 முதல் 85% கடன் தருவார்கள். இந்த 75 முதல் 85% என்பது ஒவ்வொரு நிறுவனத்தையும் பொறுத்து மாறுபடும்.

வீட்டின் எஸ்டிமேட் அல்லது கட்டிய வீட்டின் மதிப்பு என்பதினை உறுதிசெய்துகொள்ள,ஒவ்வொருநிறுவனத்திற்கும் தகுதி வாய்ந்த பொறியாளர்கள் இருப்பார்கள். அவர்கள் இந்த மதிப்பினை முடிவு செய்கிறார்கள். இப்போது ஒரு முக்கியமான இடத்திற்கு வருவோம்.

இதற்கு முன்னே தனிநபர் மதிப்பீட்டினைப் பற்றிப் பார்த்தபொழுது வருமானத்தின் அடிப்படையில் ஒரு கடன் தொகையை முடிவு செய்திருந்தார்கள் அல்லவா. இப்போது கட்டடத்தின் மதிப்பின் அடிப்படையில் ஒரு

கடன் தொகையினை முடிவு செய்திருக்கிறார்கள். இந்த இரண்டில் எந்தத் தொகை நமக்குக் கடனாகக் கிடைக்கும்?

அதைச் சொல்வதற்கு முன்னால் கீழ் வரும் இரண்டு நிலைகளைப் பாருங்கள்,

1. ஒருவரின் வருமானத்தின்படி, அவர் 10 லட்சம் கடன் பெறத் தகுதியானவர். ஆனால் அவரது கட்டட மதிப்புப் படி 7 லட்சம்தான் கடன் தர முடியும். அவருக்கு 10 லட்சம் கடன் தருகிறார்கள் என்று வைத்துக் கொள்வோம். இடையில் ஏதோ சில காரணத்தால் அவரால் கடனைத் திருப்பிச் செலுத்த முடியவில்லை. சொத்தினை, வங்கியிடம் ஒப்படைத்து விடுகிறார். இப்போது வங்கியானது சொத்தினை விற்றுத் தன் கடனை எடுத்துக் கொள்ளவேண்டும். சொத்தின் மதிப்புக் கொடுத்த கடனைக் காட்டிலும் குறைவு. என்ன செய்வது?
2. ஒருவரின் வருமானத்தின்படி, அவர் 7 லட்சம் கடன் பெறத் தகுதியானவர். ஆனால் அவரது கட்டட மதிப்புப் படி 10 லட்சம் கடன் தர முடியும். அவருக்கு 10 லட்சம் கடன் தருகிறார்கள் என்று வைத்துக் கொள்வோம். அவரது வருமானமே 7 லட்ச ரூபாயினைத் திருப்பிச் செலுத்துவதற்கு அளவாகத்தான் உள்ளது எனில் அவரால் 10 லட்ச ரூபாய்க்கான மாதத் தவணையினை எப்படி மாதாமாதம் தவறாமல் செலுத்த முடியும்?

மீண்டும் நமது பழைய கேள்விக்கு வருவோம். வருமானத்தின் படி முடிவு செய்யப்பட்ட கடன் தொகை, சொத்து மதிப்பின் படி முடிவு செய்யப்பட்ட கடன் தொகை இரண்டில் எது கடனாகக் கிடைக்கும்?

நீங்கள் முடிவு செய்திருப்பீர்களே? அது சரிதான். இரண்டில் எந்தத் தொகை குறைவோ அதுதான் கடன் தொகையாக முடிவு செய்யப்படும். (இந்த அடிப்படை விஷயங்களோடு ஒவ்வொரு நிறுவனமும் அதற்கெனத் தனியாக சில கிரெடிட் பாலிசி எனப்படும் கடன் தரும் கொள்கைகளை வைத்திருக்கும். அவற்றுக்கேற்றார் போல் கடன் தரலாமா அல்லது வேண்டாமா என முடிவு செய்யும்.)

இப்பொழுது புரிகிறதா, ஏன் பெரும்பாலான சமயங்களில் வாடிக்கையாளர்கள் கேட்கும் அதே கடன் தொகை வழங்கப்படுவதில்லை என்று?

வீட்டுக் கடன் ஆவணங்கள்

போன அத்தியாயத்தில் உங்களை எப்படி மதிப்பிடுகிறார்கள், உங்களின் கடன் தொகையினை எப்படி முடிவு செய்கிறார்கள் என்று பார்த்தோம். அடுத்த முக்கியமான விஷயம், 'ஒரு வீட்டுக் கடன் வாங்க என்னென்ன ஆவணங்கள் தேவைப்படும்?'

வீட்டுக் கடனுக்காக சமர்ப்பிக்கப்படும் ஆவணங்களை நான்கு தொகுப்பாகப் பிரித்துக் கொள்ளலாம்.

1. கே.ஒய்.சி. (KYC Papers) எனப்படும் அடிப்படை அடையாள ஆவணங்கள்.
2. வருமானத்தை உறுதி செய்யும் ஆவணங்கள். (Income Documents)
3. சட்ட ஆவணங்கள். (Legal Documents)
4. வீடு கட்டும் அனுமதி மற்றும் பொறியாளர் ஆவணங்கள். (Plan approval, Estimate / valuation)

1. கே.ஒய்.சி. / அடிப்படை அடையாள ஆவணங்கள்:

Know Your Customer -உங்கள் வாடிக்கையாளரை அறிந்து கொள்ளுங்கள் என்பதன் சுருக்கம்தான் KYC. ஆர்.பி.ஐ— யானது ஒவ்வொரு வங்கியும்/ நிறுவனங்களும் அதனதன் வாடிக்கையாளர்களை முழுமையாக அறிந்திருக்கும் பொருட்டுச் சில அடிப்படை ஆவணங்களைக் கண்டிப்பாகப் பெற்றிருக்கவேண்டும் என வலியுறுத்தியுள்ளது. அவைதான் கே.ஒய்.சி ஆவணங்கள் என்று அழைக்கப்படுகின்றன.

பின்வரும் ஆவணங்களை அடையாள ஆவணங்கள் எனக் கொள்ளலாம்.

1. வாடிக்கையாளரின் பாஸ்போர்ட் சைஸ் புகைப்படம். (Passport size photograph)

2. அடையாள அட்டை - ஆதார் அட்டை (AADHAR CARD), வாக்காளர் அடையாள அட்டை (VOTERS ID), ஓட்டுநர் உரிமம் (Driving Licence), பான் கார்ட் (Pan Card) போன்றவை.

3. இருப்பிடச் சான்றிதழ் - குடும்ப அட்டை (Ration Card), கடவுச்சீட்டு (Passport) போன்றவை.

4. வயதுச் சான்றிதழ் - பள்ளி மாற்றுச் சான்றிதழ் (Transfer Certificate), மதிப்பெண் சான்றிதழ் (Mark Sheet) போன்றவை.

பொதுவாக புகைப்படம், ஆதார் அட்டை, பான் கார்டு போன்றவை போதுமானதாக இருக்கின்றது.

2. வருமானத்தை உறுதி செய்யும் ஆவணங்கள்:

மாதச் சம்பளதாரர்களாய் இருந்தால்:

சம்பளச்சான்றிதழ் (Pay Certificate / Pay slip), ஃபார்ம் 32 (Form32), அலுவலக அடையாள அட்டை (Office Identity card), பணி நியமனக்கடிதம் (Appointment Order) மற்றும் வங்கிக்கணக்கு வழக்கு (6 மாதம் முதல் ஒரு வருடம் வரையிலான ஸ்டேட்மெண்ட்) போன்றவை.

சுய தொழில் செய்பவராய் இருந்தால்:

கடைசி மூன்று வருட வருமானவரிக் கணக்கு (IT Returns), ஆடிட்டர் ஸ்டேட்மெண்ட் (Auditor Statement), தொழில் உரிமம் (License) மற்றும் அதன் விபரங்கள், வங்கிக்கணக்கு விபரம் போன்றவை.

*ஏற்கெனவே கூறியது போல, சில நிறுவனங்கள் வருமான வரித் தாக்கல் செய்யாத வாடிக்கையாளர்களுக்கு, நேரடியாக அவர்களின் வியாபாரத்தளத்திற்கே சென்று அவர்களின் வருமானத்தினைக் கணக்கிடுவதும் உண்டு.

3. சட்ட ஆவணங்கள்:

1. வீடு கட்டும் இடத்தின் பத்திரம் - கடன் கேட்டு விண்ணப்பம் செய்பவரின் பெயரில் உள்ள பத்திரம். இதனைத் தலைப்பத்திரம் (Title Document) என்று சொல்வார்கள்.

2. மூலப்பத்திரம் (Parental Document) - அதாவது தலைப்பத்திரத்திற்கு முந்தைய பத்திரங்கள்.

3. வில்லங்க சான்றிதழ் (Encumberence Certificate) — பொதுவாக 1987 லிருந்து / வங்கியின் வழக்கறிஞர் கூறும் தேவைப்படி

4. பட்டா. (சிட்டா, அடங்கல் தேவையிருப்பின்.)

என்னென்ன ஆவணங்கள் தேவைப்படும் என்பதனை மட்டும் இங்கே தெரிந்து கொள்ளுங்கள். சட்ட ஆவணங்கள் பற்றிய அடிப்படை விஷயங்களை இன்னொரு அத்தியாயத்தில் தெளிவுபடுத்திக் கொள்வோம்.

4. வீடு கட்டும் அனுமதி மற்றும் பொறியாளர் ஆவணங்கள்:

1. கட்டப்போகும் அல்லது வாங்கப்போகும் வீட்டிற்கான கட்டட வரைபட அனுமதி (Plan approval)

2. கட்டப்போகும் அல்லது செய்யப்போகும் வேலைகளுக்கான பொறியாளர் எஸ்டிமேட் / வீடு வாங்குவதாயிருந்தால் அதன் மதிப்பீட்டுச் சான்றிதழ்.

ஒரு வேளை நீங்கள் அடுக்குமாடிக் குடியிருப்பில் வீடு (Flat) வாங்குவதாயிருந்தால் பின்வரும் இரண்டு ஆவணங்களும் தேவைப்படும்.

1. பிரிபடாத இடத்திற்கான (Undivided Share of land) பதிவுப் பத்திரம்

2. கட்டடம் கட்டுவதற்கான ஒப்பந்தப் பத்திரம் (Construction Agreement)

சட்ட ஆவணங்கள்

பத்திரம், பட்டா, வில்லங்கச்சான்றிதழ் போன்ற ஆவணங்களை நாம் அடிக்கடி கேட்டிருக்கக்கூடும். இந்த அத்தியாயத்தில், பத்திரம், பட்டா போன்றவற்றின் சில அடிப்படை விளக்கங்களையும், தெளிவுகளையும் பார்ப்போம்.

சட்ட (ஆவணங்கள்) துறை என்பது கடல் போன்ற பரந்து விரிந்த ஒரு விஷயம். இங்கு அதன் அத்தனை நுணுக்கங்களையும் கற்றுத் தேர்வது என்பதல்ல நம் நோக்கம். வீட்டுக் கடன் என்பதனை ஒட்டிய அதன் சில அடிப்படை விஷயங்களைத் தெளிவாக்கிக் கொள்வோம். சில நடைமுறைகளைத் தெரிந்து கொள்ளலாம். நம் மாநில நடைமுறையில், இரண்டு வகையான ஆவணங்கள் உள்ளன. ஒன்று பத்திரத்துறை சார்ந்த ஆவணங்கள் (பத்திரங்கள்), மற்றொன்று வருவாய்த்துறை (Revenue Department) சார்ந்த ஆவணங்கள் (பட்டா போன்றவை).

முதலில் பத்திரங்கள் பற்றிப்பார்த்து விடுவோம்.

பத்திரத்துறை ஆவணங்கள்:

பத்திரத்துறை என்பது நாட்டின் மிக முக்கியத் துறைகளில் ஒன்று.

நீங்கள் ஏதேனும் சொத்து வாங்கினால், சார்பதிவாளர் (sub-registrer office) அலுவலகத்திற்குச் சென்று உங்கள் பெயரில் பதிவு செய்தல் வேண்டும். இப்படி எல்லா விதமான சொத்துப் பரிமாற்றங்களும் பதிவு செய்யப்படும் இடம் இத்துறை. சிலருக்கு ஒரு பத்திரம் என்றால் என்ன, அதனை எப்படி வாசிப்பது போன்ற குழப்பங்கள் இருக்கும். அதனையும் முழுமையாகத் தெரிந்து கொள்வது அவசியம்.

பொதுவாக, ஒரு பத்திரத்தின் முதல் மற்றும் இரண்டாம் பக்கத்தில், அந்தப் பத்திரம் எழுதப்படும் தேதி, எழுதிக் கொடுப்பவர்களின் பெயர் மற்றும் முகவரி, எழுதி வாங்குபவர்களின் பெயர் மற்றும் முகவரி போன்றவை இருக்கும். அதனைத் தொடர்ந்து, எழுதிக் கொடுப்பவர்களுக்கு அந்தச் சொத்தானது எப்படி வந்தது என்ற விபரங்கள் இருக்கும் (பூர்வீகப் பாத்தியம் அல்லது முந்தைய பத்திரப் பதிவு எண்கள் போன்றவை).

பத்திரத்தின் முதல் பக்கத்தின் பின்னால் பத்திரப் பதிவு எண் குறிக்கப்பட்டிருக்கும். (தற்போதைய பத்திரங்களில் அனைத்துப் பக்கங்களிலும் பதிவு எண் குறிக்கப்பட்டுள்ளது) பதிவு எண் என்பது அந்த வருடத்தில் அந்தப் பதிவு அலுவலகத்தில் பதியப்பெற்ற பத்திரங்களின் வரிசை எண் ஆகும். இது பொதுவாக, வரிசை எண் / பதியப்பட்ட ஆண்டு என்ற முறையில் எழுதப்பட்டிருக்கும். பத்திரத்தின் கடைசி மற்றும் முக்கியப் பகுதி சொத்து விபரம் ஆகும். இதில்தான் நீங்கள் வாங்கும் சொத்தின் அனைத்து விபரங்களும் இருக்கும். பதிவு மாவட்டம், வட்டம், சார்பதிவகம், கிராமம், வார்டு எண், தெரு பெயர், சர்வே எண், பிளாட் எண், நான்கு மால், இடத்தின் அளவு மற்றும் பரப்பு விபரம் போன்ற விபரங்கள் இதில் இருக்கும்.

சொத்தினைப் பதிவு செய்ய எழுதப்படும் பத்திரங்களில் பல வகைகள் இருக்கின்றன. அதில் சில முக்கியமானவற்றைப் பற்றிப் பார்த்து விடுவோம்.

கிரையப் பத்திரம் (Sale Deed):

பொதுவாக, உங்களுக்கு எந்த விதமான உறவும் இல்லாத யாரோ ஒரு மனிதரிடம் இருந்து நீங்கள் சொத்து வாங்கும்போது, அவர்களிடம் இருந்து நீங்கள் கிரையம் வாங்கிய சொத்தினைப் பதிவு செய்வதற்காக எழுதப்படும் பத்திரம் கிரையப்பத்திரம் என்று அழைக்கப்படுகிறது.

இந்த பத்திரப் பதிவிற்குத் தற்போதைய நடைமுறையின்படி, சொத்தின் அரசு மதிப்பிற்கு 7% தொகைக்கு முத்திரைத்தாள் (Stamp papers) வாங்க வேண்டும். 4% மதிப்பிற்குப் பதிவுக் கட்டணம் (Registration fee) செலுத்த வேண்டும்.

தான செட்டில்மெண்ட் பத்திரம் (Settlement Deed):

பொதுவாக, பணப்பரிவர்த்தனை எதுவும் இல்லாமல் தானமாக வழங்கப்படும் போது எழுதப்படும் ஆவணம்.

உங்கள் பெயரில் உள்ள சொத்தினை உங்கள் குடும்பத்திற்குள் ரத்தச் சம்பந்தம் (Blood relationship) உள்ள யாரோ ஒருவருக்கு மாற்றிக்கொடுக்கும் போது சொத்தின் அரசு மதிப்பிற்கு 1% தொகைக்கு முத்திரைத்தாள் (ரூ.25,000 க்கு மிகாமல்) வாங்க வேண்டும். 1% (அதிகபட்சம் ரூ 4,000) மதிப்பிற்குப் பதிவுக் கட்டணம் செலுத்த வேண்டும்

ஒருவேளை குடும்ப நபர் அல்லாதவர்க்கு தானம் கொடுப்பதாயிருந்தால், சொத்தின் அரசு மதிப்பிற்கு 7% தொகைக்கு முத்திரைத்தாள் வாங்க வேண்டும். 4% மதிப்பிற்குப் பதிவுக் கட்டணம் செலுத்த வேண்டும்.

பாகப் பிரிவினைப் பத்திரம் (Partition Deed):

ஏதேனும் ஒரு பெரிய சொத்தினை அல்லது ஒன்றுக்கு மேற்பட்ட சொத்தினை இரண்டு அல்லது அதற்கு மேற்பட்ட நபர்கள் தங்களுக்குள் பிரித்துக் கொள்ள எழுதப்படுவது பாகப் பிரிவினைப் பத்திரம். குடும்ப உறுப்பினர்களுக்குள் பாகப் பிரிவினைப் பத்திரம் எழுதவேண்டும் எனில் சொத்தின் அரசு மதிப்பிற்கு 1% தொகைக்கு (ரூ 25,000க்கு மிகாமல்) முத்திரைத்தாள் வாங்க வேண்டும். 1% மதிப்பிற்கு (ரூ 4,000க்கு மிகாமல்) பதிவுக் கட்டணம் செலுத்த வேண்டும்.

குடும்ப உறுப்பினர்கள் அல்லாதவர்களுக்குள் பாகப் பிரிவினைப் பத்திரம் எழுதவேண்டும் எனில், சொத்தின் அரசு மதிப்பிற்கு 4% தொகைக்கு முத்திரைத்தாள் வாங்க வேண்டும். 1% மதிப்பிற்குப் பதிவுக் கட்டணம் செலுத்த வேண்டும்.

விடுதலைப் பத்திரம் (Release Deed):

ஒரு சொத்தில் தமக்கு உள்ள உரிமையினைப் பிறிதொருவருக்கு விட்டுக் கொடுப்பதற்காக (விடுதலை செய்து கொடுப்பதற்காக) எழுதப்படும் பத்திரம் விடுதலைப் பத்திரம். குடும்ப நபர்களுக்கிடையில் எனில், சொத்தின் அரசு மதிப்பிற்கு 1% தொகைக்கு (ரூ 25,000க்கு மிகாமல்) முத்திரைத்தாள் வாங்க வேண்டும். 1% மதிப்பிற்கு (ரூ 4,000க்கு மிகாமல்) பதிவுக் கட்டணம் செலுத்த வேண்டும். குடும்ப நபர் அல்லாதவர்க்கு இடையில் எனில், சொத்தின் அரசு மதிப்பிற்கு 7% தொகைக்கு முத்திரைத்தாள் வாங்க வேண்டும். 4% மதிப்பிற்குப் பதிவுக் கட்டணம் செலுத்த வேண்டும்.

உயில் (Will):

தமது பெயரினில் உள்ள சொத்துக்கள் தமது காலத்திற்குப் பிறகு யாருக்குச் சென்று சேர வேண்டும் என்பதற்காக எழுதப்படுவது உயில். பொதுவாக உயில் என்பது பதிவு செய்யப்பட்டதாகவோ அல்லது பதிவு செய்யப்படாததாகவோ இருக்கலாம். உயிலினைப் பொருத்தவரை அதனை எழுதியவர் காலத்திற்குப் பின்தான் அது நடைமுறைக்கு வரும். (உயிலினை வைத்து வீட்டுக் கடன் வாங்க முயலும் போது, அதை எழுதியவரின் இறப்புச் சான்றிதழ் கண்டிப்பாகத் தேவைப்படும்.) உயிலினைப் பதிவு செய்யச் சொத்தின் மதிப்பில் 1% தொகை தேவைப்படும்.

பரிவர்த்தனைப் பத்திரம்:

இரண்டு சொத்துக்களை ஒருவருக்கொருவர் மாற்றிக் கொள்வதற்காக (Exchange) எழுதிக்கொள்ளும் பத்திரம் பரிவர்த்தனைப் பத்திரம் எனப்படும். இரண்டு சொத்துக்களில் எது அதிக மதிப்புடையதோ அந்த சொத்து மதிப்பிற்கு 7% தொகைக்கு முத்திரைத்தாள் வாங்க வேண்டும். 4% பதிவுக் கட்டணம் செலுத்த வேண்டும்

மேலே சொன்ன பத்திரங்கள் எல்லாம் தலைப் பத்திரமாக (Title Deed) அதாவது கடன் பெறத் தகுதியான தகுதியுள்ள பத்திரங்கள். இன்னும் விளக்கமாகச் சொல்வதென்றால் சொத்தின் முழு உரிமையைச் சொல்லும் பத்திரங்கள். இவை தவிர இன்னும் சில பத்திரங்கள் உள்ளன. இவை பொதுவாக, சொத்தின் முழு உரிமையைப் பற்றிப் பேசாது.

பவர் ஆஃப் அட்டர்னி (Power of atterny):

உங்கள் சொந்த ஊரில் உங்கள் பெயரில் ஒரு பெரிய இடம் இருக்கிறது என்று வைத்துக் கொள்வோம். அதனைச் சிறு சிறு பிளாட்டுகளாகப் பிரித்து விற்க நினைக்கிறீர்கள். ஆனால் நீங்கள் வெளியூரில் இருக்கின்றீர்கள். ஒவ்வொரு பிளாட்டினை விற்கும் போதும் நீங்கள் உங்கள் ஊருக்கு வந்து பதிவு செய்து தருவதென்பது இயலாத காரியம். இப்படியான சூழலில் நீங்கள் உங்களுக்கு நம்பிக்கையான ஒரு நபரினை உங்களுக்குப் பதிலாக நியமிக்கலாம். அந்த சொத்தினை விற்கும் போது, அவர் உங்களுக்குப் பதிலாக பத்திரத்தில் கையொப்பமிடலாம். இதற்காக நீங்கள் அவரின் பெயரில் பவர் பத்திரம் பதிந்து தரலாம். இதில்

கவனிக்க வேண்டிய விஷயம் நீங்கள் அவருக்குச் சொத்தின் முழு உரிமையை தரவில்லை, அதனை விற்பதற்கு மட்டும் அதிகாரம் தருகின்றீர்கள். இதனை எப்போது வேண்டுமானாலும், நீங்கள் ரத்து செய்யலாம்.

அடமானப்பத்திரங்கள் (Mortgage Deed):

சொத்தின் பெயரில் கடன் வாங்கும்போது, அந்த சொத்தினை அடமானமாக எழுதிக் கொடுப்பது நடைமுறை. பொதுவாக இரண்டு விதமான அடமானப்பத்திரங்கள் உள்ளது. சிம்பிள் மார்ட்கேஜ் (Simple Mortgage) எனப்படும் அடமானப்பத்திரம், இன்னொன்று சொத்தின் அனுபவ உரிமையுடன் கூடிய (Mortgage with possession) அடமானப்பத்திரம்.

முதல் வகையில், சொத்தின் உரிமையாளர் சொத்தினை அனுபவித்துக் கொள்வார். சொத்தின் பெயரில் அடமானம் மட்டும் எழுதித் தருவார். இதனைப் பதிவு செய்யச் சொத்தின் அரசு மதிப்பிற்கு 1% தொகைக்கு (ரூ 40,000க்கு மிகாமல்) முத்திரைத்தாள் வாங்க வேண்டும். 1% மதிப்பிற்கு (ரூ10,000க்கு மிகாமல்) பதிவுக் கட்டணம் செலுத்த வேண்டும்.

இரண்டாம் வகையில், அடமானக் காலம் முடியும் வரை சொத்தானது அடமானம் பெறுபவரின் அனுபவத்தில் இருக்கும். இதனைப் பதிவு செய்யச் சொத்தின் அரசு மதிப்பிற்கு 4% தொகைக்கு முத்திரைத் தாள் வாங்க வேண்டும். 1% மதிப்பிற்குப் பதிவுக் கட்டணம் செலுத்த வேண்டும்.

பத்திர ஒப்படைப்பு ஆவணம் (Memorendum of Title deeds):

பொதுவாக வீட்டுக் கடன் நிறுவனங்களில் கடன் பெறும்போது, நீங்கள் சொத்தினை அந்த நிறுவனத்தின் பெயருக்குப் பதிவு செய்து கொடுப்பதில்லை. அந்த நிறுவனம் தரும் வீட்டுக் கடன் ஒப்பந்தப் பத்திரத்தில் கையெழுத்துப் போட்டுவிட்டு, உங்கள் ஆவணங்கள் (தலைப்பத்திரம், மூலப்பத்திரம் போன்றவை) அனைத்தையும் அவர்களிடம் ஒப்படைத்து விடுவீர்கள். இது ஈக்குட்டபிள் மார்ட்கேஜ் (Equatable Mortgage) என அழைக்கப்படுகிறது.

இப்படித் தரும்போது, நீங்கள் கடன் பெற்ற விஷயம் பத்திரத் துறைக்கு தெரியாதாகையால், இது வில்லங்கச் சான்றிதழில் தெரிவதில்லை. எனவே, சில நேரங்களில்

கடன் தந்த நிறுவனங்களுக்குத் தெரியாமலே கடனில் உள்ள சொத்துக்களை விற்று விடுவதும் நடந்தது. வில்லங்கம் இல்லாத சொத்து என நினைத்து சொத்தினை வாங்குபவர்களும் கூட, இப்படிச் சில சமயம் ஏமாந்து போவதுண்டு. இதனைத் தடுக்க பெரும்பாலான நிறுவனங்கள் பத்திர ஒப்படைப்பு ஆவணம் எனப்படும் ஆவணப் பதிவினைக் கட்டாயமாக்கியுள்ளது.

அதாவது நீங்கள் எந்தெந்த ஆவணங்களைக் கடனுக்காகத் தருகின்றீர்கள் என்ற விபரத்தை, (கவனிக்கவும், விபரத்தினை மட்டும்தான். சொத்தின் முழு உரிமையினை அல்ல) அந்த நிறுவனத்திற்குப் பதிவு செய்து தரும் ஆவணம் 'பத்திர ஒப்படைப்பு ஆவணம்' எனப்படுகிறது. இதற்குக் கடன் மதிப்பில் 0.5% தொகைக்கு (ரூ 30,000க்கு மிகாமல்) பத்திரம் வாங்க வேண்டும். 1% தொகைக்கு (ரூ 6,000க்கு மிகாமல்) பத்திரப் பதிவுக் கட்டணம் செலுத்த வேண்டும்.

மேலே சொன்ன ஆவணங்கள் முக்கியமானவை மட்டுமன்றி அதிகப்படியான பயன்பாட்டில் உள்ளவையாகும். இந்த ஆவணங்கள் தவிர இன்னும் பல இருந்தாலும், அவை அதிகமான புழக்கத்தில் இல்லாததால் அதனைப் பற்றி விவரிக்கவில்லை. அடுத்ததாக, வில்லங்கச் சான்றிதழ் எனப்படும் முக்கியமான விஷயத்தைப் பற்றிப் பேசுவோம்.

வில்லங்கச் சான்றிதழ்:

சர்வே எண் (Survey Number – நில அளவை எண்) என்ற வார்த்தைப் பிரயோகத்தை நீங்கள் கேள்விப்பட்டிருக்கக்கூடும். எப்படி நம் வாகனங்கள் ஒவ்வொன்றுக்கும் பதிவு எண் இருக்கிறதோ, அதே போன்று ஒவ்வொரு நிலப்பகுதிக்கும் ஒரு எண் இருக்கிறது. குழப்பம் இல்லாத வழிகாட்டலுக்காக, அனைத்து நிலப்பகுதிகளையும் அளந்து பிரித்துக் குறிப்பிட்ட எண்கள் கொடுத்திருக்கிறார்கள். அதுதான் 'சர்வே எண்' என்று அழைக்கப்படுகிறது. ஒவ்வொரு சார்பதிவகத்திலும், சொத்துப் பரிமாற்றம் நிகழும்போது அவை அந்தந்த சர்வே எண்களின் பெயரில்தான் பதியப்படும்.

வில்லங்கச் சான்றிதழ் என்பது ஒரு குறிப்பிட்ட சர்வே எண்ணின் பெயரில் ஒரு குறிப்பிட்ட காலத்தில் நிகழ்ந்த அனைத்துப் பரிமாற்றங்களின் விபரத்தையும் தரும்

சான்றிதழாகும். (வண்டியின் ஆர்.சி. புத்தகத்தில் எப்படி ஒவ்வொரு முறையும் புதிய உரிமையாளரின் பெயர் மற்றும் விபரம் பதியப்படுகிறதோ அதுபோல, இங்கே சான்றிதழாகத் தருகிறார்கள்.) இதனை உங்கள் சார்பதிவகத்தில் அதற்குரிய கட்டணத்தினைச் செலுத்திப் பெற்றுக் கொள்ளலாம்.

உதாரணமாக, நீங்கள் *344/5* என்ற சர்வே எண் உடைய இடத்திற்கு வில்லங்கம் பார்க்க நினைத்தால், அந்த சார்பதிவகத்துக்குச்சென்று அதற்கென உள்ள விண்ணப்பத்தில் விண்ணப்பிக்க வேண்டும். விண்ணப்பத்துடன் சொத்தின் முழு முகவரியினையும் (அதாவது, மாவட்டம், பதிவு மாவட்டம், சர்வே எண், நான்குமால் எனப்படும் சொத்துக்கு நான்கு பக்கமும் உள்ளவர்களின் விபரம், இவற்றுடன் சொத்தின் அளவுகள்) இணைக்கவேண்டும். விண்ணப்பத்தில் எந்தத் தேதியிலிருந்து எந்தத் தேதி வரை உங்களுக்கு அந்தச் சொத்து குறித்த பரிமாற்றம் தேவைப்படுகிறது என்பதனையும் குறிப்பிட வேண்டும்.

இதற்கு, விண்ணப்பக் கட்டணமாக ரூ. 1ம், தேடுதல் கட்டணமாக முதல் வருடத்திற்கு ரூ30ம் ஒவ்வொரு வருடத்திற்கும் ரூ10ம், கணினிக் கட்டணமாக ரூ100ம் செலுத்த வேண்டும்.

பத்திரத்துறை பற்றிய ஒரு சிறிய தெளிவு இப்போது உங்களுக்குக் கிடைத்திருக்கும். அடுத்ததாக, வருவாய்த்துறை சார்ந்த ஆவணங்களைப் பற்றி ஒரு சிறிய பார்வை பார்த்து விடுவோம்.

வருவாய்த்துறை ஆவணங்கள்

ஒரு சொத்தினை வாங்கியவுடன் எப்படிச் சார்பதிவாளர் அலுவலகத்தில் நம் பெயருக்கு அதனைப் பதிவு செய்கின்றோமோ அதே போல, பட்டாவினில் உங்கள் பெயரினை மாற்றம் செய்வது அவசியம். பட்டா என்பது நீங்கள் அந்த சொத்தினை வாங்கி விட்டீர்கள் என்பதோடல்லாமல், நீங்கள்தான் அதன் உரிமையாளர் என்பதனைக் குறிக்கும் ஆவணம்.

பட்டா, சிட்டா, அடங்கல், அ—பதிவேடு (A - Register), எஃப்.எம்.பி ஸ்கெட்ச் (FMB Sketch), பசலி ஆகியன வருவாய்த்துறை சார்ந்த சில முக்கியமான ஆவணங்கள். இவற்றினைப் பற்றிச் சுருக்கமாகப் பார்த்து விடலாம்.

பட்டா:

பட்டா என்பதனை நில உரிமைச் சான்று எனச் சொல்லலாம். இது வருவாய்த் துறையினரால் வழங்கப்படும் ஆவணம். இதில் சர்வே எண், இடத்தின் அளவுகள் மற்றும் விஸ்தீரணம் போன்றவை குறிப்பிடப்பட்டிருக்கும். நடைமுறையில், நிலத்தினை நான்கு வகையாகப் பிரிக்கிறார்கள். அதற்கேற்றாற் போல் பட்டா வழங்கப்படுகிறது.

1. நஞ்சை நிலம் – தண்ணீர் பாய்கின்ற விளை நிலங்கள் / வயல்கள்.
2. புஞ்சை நிலம் – தண்ணீர் பாயாத மேட்டு நிலங்கள்.
3. நத்தம் – வீட்டுமனை நிலங்கள்.
4. புறம்போக்கு – அரசிற்குச் சொந்தமான நிலங்கள். தரிசு நிலம், மயானம், கரடு போன்ற நிலங்கள்.

சிட்டா:

பல பட்டாக்களின் தொகுப்புப் பதிவேடுதான் சிட்டா ஆகும். ஒரு குறிப்பிட்ட சர்வே எண்ணில் உள்ள நிலத்தினை யார் யாருக்கு பிரித்துக் கொடுக்கப்பட்டிருக்கிறதோ அதன் விபரம் மற்றும் அது தனிப் பட்டாவா, கூட்டுப்பட்டாவா என்பன போன்ற விபரங்கள் இதில் பதியப்பட்டிருக்கும். மேலும் பட்டா எண், சர்வே எண், கிராமத்தின் பெயர், தாலுகா, மாவட்டம், உரிமையாளரின் பெயர் (தந்தையின் பெயருடன்) முதலிய விபரங்கள் விரிவாகக் குறிக்கப்பட்டிருக்கும். இது கிராம நிர்வாக அலுவலரால் (Village Administration Officer – VAO) பராமரிக்கப்படுவது. இதன் நகலானது தாலுகா அலுவலகத்தில் பராமரிக்கப்படும்.

அடங்கல்:

ஒரு குறிப்பிட்ட நிலத்தில் என்ன இருக்கிறது என்று பதிவு செய்யும் ஆவணம் அடங்கல். இது ஆண்டு வாரியாகப் பராமரிக்கப்படுகிறது. விவசாய நிலமாக இருந்தால் விவசாயப் பயிர்களின் விபரம், அறுவடை நாள் மற்றும் மாதம், சாகுபடி விபரம் போன்றவற்றினைப் பதிந்து வைப்பார்கள். மற்ற நிலங்களில் வீடுகள், வணிக நிறுவனங்கள் போன்றவை இருந்தால் அவற்றினைப் பற்றிய விபரங்கள் பதியப்படும்.

அ-பதிவேடு (A-Register):

அ—பதிவேடு என்பது கிராம நிர்வாக அலுவலரால் பராமரிக்கப்படும் குறிப்பேடு. ஒவ்வொரு நிலத்துண்டின் பரிமாற்றங்களும் இதில் பதியப்படும். பொதுவாக சிட்டா விபரங்கள் அனைத்தும் இதில்தான் பதியப்படும்.

எஃப்.எம்.பி ஸ்கெட்ச் (FMB Sketch):

எஃப்.எம்.பி ஸ்கெட்ச் என்பது சர்வே எண்களுடன் வரையப்பட்ட வரைபடம். இதன் மூலம் ஒரு நிலத்துண்டின் அமைப்பினை எளிதாக அளந்து கொள்ளலாம். இதைக் கிராம நிர்வாக அலுவலகத்தில் பெற்றுக் கொள்ளலாம்.

பசலி:

பசலி என்பது ஒரு அரேபிய வார்த்தை. அதற்கு அறுவடை என்று பொருள். முகலாயர்கள் காலத்தில் அறிமுகப்படுத்தப்பட்ட ஒரு நில ஆவணம் இது. பொதுவாக ஒரு பசலி வருடம் என்பது நாம் பின்பற்றும் ஆங்கில நாட்காட்டியில் ஜூலை மாதத்தில் ஆரம்பித்து அடுத்த வருடத்தின் ஜூன் மாதத்தில் முடிவடையும்.

அதே போலப் பசலி வருடம் என்பது முகலாயர்களின் ஆண்டினை அடிப்படையாகக் கொண்டது. அதற்கும் நமது ஆங்கில நாட்காட்டிக்கும் 590 வருடங்கள் வித்தியாசம் இருக்கும். அதாவது 1390ம் வருட பசலி என்பது ஜூலை 1980 (1390+590) முதல் ஜூன் 1981 வரை உள்ள காலகட்டம்.

ஒரு சொத்தினை வாங்கும் முன் பத்திரப் பதிவு ஆவணங்கள் மட்டும் அன்றி, மேற்கண்ட வருமானத்துறை சார்ந்த ஆவணங்களையும் ஆய்வு செய்வது அவசியம். இதன் மூலம் சொத்தின் கடைசி உரிமையாளரை உறுதி செய்வதுடன், சொத்திற்கான வரி நிலுவைகள் ஏதுமில்லை என்பதனையும் உறுதி செய்து கொள்கிறோம்.

சட்ட அறிக்கை (LEGAL OPINION)

நீங்கள் வீட்டுக் கடனுக்கு அனுமதி கோரும் வேளையில், ஒவ்வொரு நிறுவனமும் அதற்கென உள்ள சட்ட அலுவலர் / வழக்கறிஞரிடம் இருந்து லீகல் ஒப்பீனியன் (Legal Opinion) எனப்படும் சட்ட அறிக்கையினைக் கேட்கும்.

இதற்கு நீங்கள் கீழ்க்கண்ட ஆவணங்களைச் சமர்ப்பிக்க வேண்டும்.

1. உங்கள் பெயரில் உள்ள பத்திரம்.

2. வில்லங்கச் சான்றிதழ் (பொதுவாக 13 முதல் 18 வருடங்கள் கேட்பார்கள். சமீப காலங்களில் பத்திரப்பதிவுத்துறை கணினி மயமாக்கப்பட்டபின், 01.01.1987ல் இருந்து நடப்புத்தேதி வரை கேட்கிறார்கள். சில நேரங்களில் 1987க்கு முன்னே தேவைப்படலாம். அது கையினால் தயாரிக்கப்பட்டுத் தரப்படுகிறது.)

3. வில்லங்கச் சான்றிதழில் உள்ள அனைத்துப் பத்திரங்களின் நகல்கள். (ஒரு பெரிய நிலத்திலிருந்து பாதி மட்டும் நீங்கள் வாங்கியிருந்தால் நகல் போதும். ஆனால் முழு நிலத்தினையும் நீங்கள் வாங்கியிருந்தால் அசல் பத்திரம் அவசியம்.)

4. பட்டா

5. சிட்டா மற்றும் அடங்கல் (தேவையிருப்பின்)

6. அ—பதிவேடு, எஃப்.எம்.பி. ஸ்கெட்ச் (தேவையிருப்பின்)

இந்த ஆவணங்களை ஆய்வு செய்து, உங்கள் சொத்தினில் வில்லங்கம் / பிரச்சினை எதுவும் இல்லை என வழக்கறிஞர் அறிக்கை கொடுத்ததன் பின்னேதான் உங்களுக்கு வீட்டுக் கடன் கிடைக்கும்.

சில வாடிக்கையாளர்கள் இத்தனை ஆவணங்கள் கொடுப்பதா என மலைப்பார்கள். ஆனால் ஒரு விஷயத்தினை நாம் யோசித்துப்பார்க்க வேண்டும். பொதுவாகவே நாம் எந்தச் சொத்தினை வாங்கும்போதும், வழக்கறிஞர்களை அணுகி ஆவணங்களைச் சரி பார்ப்பதில்லை. வில்லங்கச் சான்றிதழ் மட்டும் பார்த்துவிட்டுச் சொத்தினை வாங்குவதுதான் வெகுஜன நடவடிக்கையாக இருக்கிறது. வில்லங்கச் சான்றிதழ் தாண்டி நம் கண்ணுக்குத் தெரியாமல் எத்தனையோ பிரச்சினைகள் நம் சொத்திற்குள் ஒளிந்திருக்கலாம். இப்படிக் கடனுக்காக நாம் தயார் செய்யும் ஆவணங்களின் மூலமும், வழக்கறிஞர்களிடமிருந்து பெறும் அறிக்கையின் மூலமும், நம்மையறியாமலே நம் சொத்தின் பெயரில் உள்ள பிரச்சினைகளை சரி செய்து விடுகிறோம்.

கட்டடம் சார்ந்த சில கலைச்சொற்கள்

இந்த நேரத்தில் கட்டடம் தொடர்பான சில கலைச்சொற்களைத் (Technical Words) தெரிந்து கொள்வோம்

பிளின்த் ஏரியா (Plinth Area):

ஒரு கட்டடத்தின் வெளிச்சுவர்களுக்கு இடைப்பட்ட பரப்பு பிளின்த் ஏரியா எனப்படும். உதாரணமாக ஒரு தரைத்தளக் கட்டடம் நீளம் 22 அடி, அகலம் 20 அடி உள்ள செவ்வகமாகக் கட்டப்பட்டுள்ளது எனில், அதன் பிளின்த் ஏரியா 22 X 20 = 440சதுர அடி ஆகும். இதில் படிக்கட்டு, நீட்டிவிடப்பட்டிருக்கும் பால்கனி (Cantilever Balcony) போன்றவற்றின் பரப்பினைச் சேர்க்கக் கூடாது.

பில்ட் அப் ஏரியா (Built up Area)

ஒரு கட்டடத்தின் அனைத்துத் தளங்களின் மொத்தப் பரப்பு பில்ட் அப் ஏரியா எனப்படும். உதாரணமாக ஒரு கட்டடம் தரைத்தளம் 400சதுர அடியுடனும், முதல் தளம் 300 சதுர அடியுடனும், இரண்டாம் தளம் 200 சதுர அடியுடனும் கட்டப்பட்டிருப்பின் இதன் பில்ட் அப் ஏரியா என்பது 400+300+200 = 900சதுரடி ஆகும்.

கார்ப்பெட் ஏரியா (Carpet Area):

கார்ப்பெட் ஏரியா என்பது சுவர்களின் பரப்பினைச் சேர்க்காத கட்டடத்தின் பரப்பு ஆகும். அதாவது நாம் உபயோகிக்கும் தளத்தின் பரப்பு ஆகும். உதாரணமாக 500 சதுர அடி கட்டடத்தில் மொத்தமாக நான்கு அறைகள் உள்ளன என வைத்துக் கொள்வோம். ஹால் 10 க்கு 16, சமையலறை 10 க்கு 8, படுக்கையறை 10 க்கு 10 மற்றும் கழிப்பறை 4 க்கு 5 என்ற அளவில் உள்ளது எனில்

கார்ப்பெட் ஏரியா என்பது (10 X 16) + (10 X 8) + (10 X 10) + (4 X 5) = 360 சதுரடி ஆகும்.

இதில் பால்கனி, படிக்கட்டு போன்றவற்றின் பரப்பு சேர்ந்து இருக்கும்.

சூப்பர் பில்ட் அப் ஏரியா (Super Built up Area):

இது பொதுவாக அப்பார்ட்மெண்ட்களில் (Apartments) உபயோகிக்கப்படும் சொல் ஆகும். ஒரு பிளாட்டின் பரப்பு மற்றும் பொதுவான உபயோகத்தளத்தின் (படிக்கட்டு, லிப்ட், வராண்டா போன்றவை) அந்த பிளாட்டுக்கு உள்ள பரப்பு இரண்டும் சேர்ந்தது சூப்பர் பில்ட் அப் ஏரியா ஆகும்.

உதாரணமாக, நாம் வாங்கப்போகும் பிளாட்டின் உண்மையான பரப்பு 500 சதுர அடி என வைத்துக் கொள்வோம். அந்த அப்பார்ட்மெண்ட்டில் மொத்தம் 10 பிளாட்டுகள் உள்ளன. படிக்கட்டு, வராண்டா போன்ற பொதுவான தளங்களின் பரப்பு 800 சதுர அடி என வைத்துக் கொள்வோம். இப்போது சூப்பர் பில்ட் அப் ஏரியா என்பது 500 + (800/10) = 580சதுரடி ஆகும். (இந்த பரப்பிற்குத்தான் உங்கள் விலை நிர்ணயிக்கப்படும்.)

அன் டிவைடேட் ஷேர் ஏரியா (Undivided Share Area):

இதுவும் பொதுவாக அப்பார்ட்மெண்ட்களில் உபயோகிக்கப்படும் சொல். நாம் ஒரு தனி வீடு வாங்குகிறோம் என வைத்துக் கொள்வோம். மொத்த இடம், மற்றும் வீடு இது நமக்குச் சொந்தமாகும். ஆனால் அப்பார்ட்மெண்ட்டில் ஒரே ஒரு பிளாட் தரைத்தளத்திலோ அல்லது 22 வது மாடியிலோ வாங்கினால் எந்த இடம் நமக்குச் சொந்தம் என்று தெரியும்? அங்கே உள்ள அனைவருக்கும் அந்த இடம் சொந்தம் அல்லவா? அதற்குத்தான் இந்த முறை உபயோகிக்கப்படுகிறது. மொத்த இடத்தினையும் பிரிவினையில்லாமல் ஒவ்வொருவரும் சொந்தம் கொண்டாடிக்கொள்வது. ஒவ்வொருவரும் வாங்கிய பிளாட்டின் பரப்பின் விகிதத்திற்கு ஏற்றபடி மொத்த இடத்தின் பரப்பானது பிரித்துப் பதிவு செய்து தரப்படும். அதுதான் அன் டிவைடேட் ஷேர் ஏரியா.

ஃபுளோர் ஸ்பேஸ் இண்டெக்ஸ் (Floor Space Index)

ஒரு கட்டடம் கட்ட அனுமதி பெற முயலும் போது (முக்கியமாக நகராட்சி அல்லது மாநகராட்சியில்) எஃப்.

எஸ்.ஐ. / எஃப்.எஸ்.ஆர் (FSI / FSR) என்னும் வார்த்தையைக் கேள்விப்பட்டிருப்பீர்கள். அதன் விபரங்களைத் தெரிந்து கொள்ளுங்கள்.

FSI என்பது ஒரு நிலத்தில் எவ்வளவு பரப்பிற்குக் கட்டடம் கட்டலாம் என்பதனைச் சொல்லும் விகிதம். சில வேளைகளில், இது ஒவ்வொரு மாநகராட்சிக்கும் மாறுபடக் கூடும். சமீபத்தில் தமிழக அரசு இதனை 1.5 லிருந்து, 2 க்கு உயர்த்தியுள்ளது. FSI என்பது அனைத்துத் தளங்களையும் மொத்தம் சேர்த்த பரப்பினை நிலத்தின் பரப்பால் வகுக்க கிடைக்கும் விகிதம் ஆகும். FSR என்பது விகிதமாகவும், FSI என்பது குறியீடு ஆகவும் சொல்லப்படும்.

அதாவது,

FSR = (அனைத்துத் தளங்களின் கார்ப்பெட் ஏரியா / நிலத்தின் பரப்பு)

FSI = (அனைத்துத் தளங்களின் கார்ப்பெட் ஏரியா / நிலத்தின் பரப்பு) X 100

உதாரணமாக,

ஒரு பிளாட்டின் பரப்பு 1,000 சதுர அடி இருக்கிறது. அதில் தரைத்தளம் 600சதுரடி கார்ப்பெட் ஏரியாவுடனும், முதல் தளம் 500சதுரடி கார்ப்பெட் ஏரியாவுடனும் கட்டப்பட்டிருக்கிறது என வைத்துக் கொள்வோம்.

எனில், FSR = (600+500) / 1000 = 1.1

அதே போல் ஒரு மாநகராட்சியில் FSI 125% எனச் சொல்கிறார்கள் என வைத்துக் கொள்வோம். உங்களின் இடம் 1,000 சதுரடி எனில் அதில் 1,250சதுரடி கார்ப்பெட் ஏரியா உள்ள கட்டடத்தை நீங்கள் கட்டிக் கொள்ளலாம்.

வீடு கட்டுவதற்கான கட்டட வரைபட அனுமதி (பிளான் அப்ரூவல் – Plan Approval):

பொதுவாக, நாம் ஒரு வீடு கட்டப்போகிறோம் என்றால் வீடு கட்டுவதற்கு முன்பாக, நாம் எப்படி வீடு கட்டப்போகிறோம் என்று அங்கீகரிக்கப்பட்ட பொறியாளர்கள் மூலம் வரைபடமாகத் தயார் செய்து புளூ பிரிண்ட் வாங்க வேண்டும். பின்னர் உங்கள் பகுதிக்கேற்ற

அதிகாரிகளிடமிருந்து வரைபட அனுமதி கையொப்பம் பெற வேண்டும்.

நம் தமிழ்நாட்டினைப் பொறுத்தவரை, கீழ்க்கண்டபடி கட்டட அனுமதி பெறலாம்.

1. கிராமப் பஞ்சாயத்துகளுக்கு (Village panchayat) உட்பட்ட பகுதியில் உங்கள் வீடு அமைந்தால் - அந்த பஞ்சாயத்துத் தலைவரிடமிருந்து (Panchayat President) (தலைவர்கள் இல்லையெனில் - தனி அலுவலரிடம் இருந்து) கட்டட அனுமதி பெறலாம்.
2. நகரப் பஞ்சாயத்து (Town Panchayat) எல்லைக்குள் இருந்தால் - செயல் அலுவலர் (Executive Officer)
3. நகராட்சி (Municipality) எல்லைக்குள் இருந்தால் - நகராட்சி ஆணையரிடம் (Commissioner) இருந்து.
4. மாநகராட்சி (Corporation) எல்லைக்குள் இருந்தால் - மாநகராட்சி ஆணையரிடம் (commissioner) இருந்து

வரைபட அனுமதி என்பதனைப் பொறுத்தவரைப் பேசுவதற்கு நிறைய விஷயங்கள் இருந்தாலும், இந்த நிலையில் இந்த அடிப்படை விஷயங்கள் மட்டுமே போதுமானது.

லே அவுட் அப்ரூவல் (Layout Approval)

நிறைய இடங்களில் பஞ்சாயத்து அப்ரூவல் பெற்ற பிளாட் எனச் சொல்லி விற்கப்படுவதைக் காணலாம். உண்மையைச் சொன்னால் எந்தப் பஞ்சாயத்துத் தலைவருக்கும் லே அவுட் அப்ரூவல் (Lay out Approval) தர முழுமையான அதிகாரம் கிடையாது. கட்டட அப்ரூவல் (Building Plan approval) என்பது வேறு, லே அவுட் அப்ரூவல் என்பது வேறு. இரண்டுக்கும் அனுமதி பெறும் வழிமுறைகளும், அனுமதி தரும் ஆட்களும் வேறு வேறு.

ஒரு நிலத்தினை பிளாட்டுகளாகப் (Plots) பிரித்து விற்கும் போது லே அவுட் அப்ரூவல் என்பது மிக முக்கியம். அப்படி வாங்கிய பிளாட்டில் நாம் வீடு அல்லது கட்டடம் கட்டும் போது கட்டட அனுமதி வாங்க வேண்டும். தமிழகத்தைப் பொறுத்தவரை அனுமதி நடைமுறை என்பது மூன்று விதமாக இருக்கும்.

1. சென்னைக்குள் உள்ள நிலங்களுக்கு சி.எம்.டி.ஏ. (CMDA - Chennai Metropolitan Development Authority) என்ற துறையின் மூலம் அனுமதி வாங்க வேண்டும்.

2. சென்னையைத் தவிர்த்த பிற பகுதிகளில், பிரிக்கப்படும் நிலம் 10 ஏக்கருக்கு அதிகமாக இருப்பின் நேரடியாக டி.ட்டி.சி.பி. (DTCP - Directorate of Town and Country Planning) துறையில் அனுமதி பெற வேண்டும்.

3. சென்னையைத் தவிர்த்த பிற பகுதிகளில், பிரிக்கப்படும் நிலம் 10 ஏக்கருக்குக் குறைவாக இருப்பின் எல்.பி.ஏ. (LPA - Local Planning Authority) எனப்படும் DTCPன் துணை அமைப்பின் மூலம் அனுமதி பெற வேண்டும்.

இந்த மூன்று அனுமதிகளில் ஏதேனும் ஒரு முறையான அனுமதி பெற்ற நிலம் மட்டுமே தற்போது கோர்ட் உத்தரவுப்படி பதிவதற்கு அனுமதிக்கப்படும்.

கட்டடத்தின் படிநிலைகள் மற்றும் செலவுக் கணக்குகள்:

கட்டடத்தைப் பார்வையிட வரும் முன் மதிப்பீட்டாளர்கள் முதலில் கேட்கும் கேள்வி, கட்டடம் எந்த நிலையில் உள்ளது என்பதுதான். ஆகையினால் கட்டடத்தின் ஒவ்வொரு நிலைக்கான கலைச்சொற்களையும் தெரிந்து கொள்வது நல்லது.

கட்டடத்திற்கான அஸ்திவாரம் போட்டு, தரையிலிருந்து ஒரு மூன்று அல்லது நான்கடி உயர்த்தித் தளம் போடுவோம் அல்லவா, அது பேஸ்மெண்ட் லெவல் அல்லது பிளின்த் லெவல் எனப்படும்.

அதன்பின்னே, ஜன்னல் துவங்கும் கீழ்மட்டம் வரை செங்கல் கட்டடம் கட்டி முடித்தால் அது சில் லெவல் எனப்படும்.

ஜன்னல் / வாசலுக்கு மேல் போடப்படும் கான்கிரீட் லிண்டல் பீம் எனவும் அந்த அளவு லிண்டல் லெவல் எனவும் அழைக்கப்படும்.

அதன் பின் மேலே கூரைக்குப் போடப்படும் கான்கிரீட்டானது ரூஃப் கான்கிரீட் எனவும் அது ரூஃப் லெவல் எனவும் அழைக்கப்படும்.

அதற்கு மேல் கட்டப்படும் கைப்பிடிச்சுவர் பாரபெட் வால் என அழைக்கப்படும். அதன் பின் உள், வெளிப்பூச்சுகளும், தரையில் டைல்ஸ் பதிக்கும் வேலையும் நடைபெறும். நாம் முன்னரே பார்த்தபடி வீட்டுக் கடன் ஆனது முழுத் தொகையாக கிடைக்காது. நாம் எந்த அளவிற்குக் கட்டடத்தை எழுப்பியுள்ளோமோ அந்த அளவுக்குத் தகுந்தபடி கிடைக்கும்.

கீழ்க்கண்ட அட்டவணை, கட்டடத்தின் மொத்த மதிப்பீட்டில் தோராயமாக, ஒவ்வொரு நிலையிலும் எவ்வளவு செலவாகியிருக்கும் எனத் தெரிந்து கொள்ள உதவும். இந்த சதவீதத்திற்கு ஏற்ப உங்கள் வீட்டுக் கடன் தொகையானது உங்களுக்குப் பிரித்து வழங்கப்படும்.

பிளின்த் / பேஸ்மெண்ட் லெவல்	*30%*
சில் லெவல்	*35%*
லிண்டல் போடுவதற்கு முன்	*40%*
லிண்டல் போட்டபின்	*45%*
ரூஃப் போடுவதற்கு முன்	*50%*
ரூஃப் போட்ட பின்	*60%*
உள் பூச்சு முடிந்தால்	*70%*
வெளிப்பூச்சு முடிந்தால்	*80%*
அனைத்து வேலைகளும் முடிந்தால்	*100%*

உதாரணமாக, உங்கள் வீட்டுக் கடன் 10 இலட்சம் ரூபாய் எனில் நீங்கள் பேஸ்மெண்ட் போட்டு முடித்த பின் 3 இலட்சம் ரூபாய் (30%) முதல் தவணையாகக் கிடைக்கும். பின்னர் நீங்கள் ரூஃப் போடுவதற்கு முன் இரண்டாவது தவணை கேட்டால் உங்களுக்கு 2 இலட்சம் ரூபாய் கிடைக்கும். (50% — 30% = 20%) இந்தத் தொகையானது கொஞ்சம் முன்னே பின்னே மாறுபடுமே தவிர, இதுதான் உங்கள் தவணையைக் கணக்கிடும் முறை.

இங்கே ஒரு விஷயத்தைக் கணக்கில் கொள்ள வேண்டும். ஓன் காண்ட்ரிபியூசன் (Own contribution அல்லது OC) என ஒரு விஷயம் உள்ளது.

அதாவது உங்கள் வீட்டினைக் கட்ட, வீட்டுக் கடன் இல்லாமல் நீங்கள் எவ்வளவு கையில் இருந்து செலவு செய்யப் போகின்றீர்கள் என்பதுதான் அது. அந்தச் செலவினை நீங்கள் செய்து முடித்தபின்தான், உங்களுக்கு முதல் தவணை தருவார்கள் உதாரணமாக, உங்கள் வீடு கட்டுவதற்கான மொத்தச் செலவு (Estimate) ரூபாய் 15 லட்சம், உங்கள் வீட்டுக் கடன் 10 இலட்சம் எனில் உங்கள் கையிலிருந்து செய்யப்படும் செலவு ரூ 5 லட்சம். எனவே 5 லட்ச ரூபாய் செலவாகியிருக்கும் நிலைக்கு (Stage) உங்கள் கட்டடம் வந்தால்தான் உங்கள் முதல் தவணை கிடைக்கும்.

சிபில் ரிப்போர்ட்

இன்றைய தேதியில் உங்கள் கடன் அனுமதியினை முடிவு செய்யும் ஒரு முக்கியமான ஆயுதம் சிபில் ரிப்போர்ட் (Cibil Information Report). இதனைப் பற்றிய சிறிய அறிமுகத்தினையாவது தெரிந்து கொள்வது மிக முக்கியம்.

கிரெடிட் இன்ஃபர்மேஷன் பீரோ (இந்தியா) லிமிட்டேட் (Credit information bureau (india) limited) என்பதன் சுருக்கம்தான் சிபில் (CIBIL) என்பது. இது ஒரு கடன் விபரங்களைத் தொகுத்துத் தரும் நிறுவனம்.

தொண்ணூறுகளின் இறுதியில், வீட்டுக் கடன், தனிநபர்க் கடன், கடன் அட்டை போன்றவைகள் அதிகமாகப் புழக்கத்திற்கு வந்தன. அனைத்து வங்கிகளும், நிதிநிறுவனங்களும் போட்டி போட்டுக் கொண்டு மக்களுக்குக் கடன் வசதிகள் வழங்கினார்கள். ஒரு வகையில் அது மக்களின் வாழ்க்கைத் தரத்தினை உயர்த்தினாலும், இன்னொரு புறம் சில மோசமான விளைவுகளுக்கு ஆரம்பப் புள்ளியானது. சிலர் எல்லாக் கடன் வசதிகளையும் பெற்றுக்கொண்டு, அவற்றினைத் திருப்பிச் செலுத்த இயலாமல் தடுமாற ஆரம்பித்தார்கள். வங்கிகளுக்கும் நிதி நிறுவனங்களுக்கும் நல்ல வாடிக்கையாளரைக் கண்டுபிடிப்பதும், அவர்களின் திருப்பிச் செலுத்தும் திறனைக் கண்டறிவதும் சற்றே கடினமாகத் துவங்கியது.

ஒரு வாடிக்கையாளரின் மற்ற அனைத்துக் கடன் விபரங்களும் தெரிந்தால்தான், அவரின் சரியான கடன் தொகை நிர்ணயிக்கப்பட முடியும் என்ற நிலையில், சில வாடிக்கையாளர்கள் தாங்கள் ஏற்கெனவே வாங்கியிருந்த கடன் விபரங்களை மறைத்துவிட்டுப் புதிய கடனுக்கு

அணுக ஆரம்பித்தார்கள். இது நிறையக் குழப்பங்களை ஏற்படுத்த ஆரம்பித்தது.

2000வது ஆண்டு ஆகஸ்ட்டில் சிபில் அமைப்பானது ஆரம்பிக்கப்பட்டது. சில வங்கிகளும், நிறுவனங்களும் இதன் வாடிக்கையாளர் ஆனார்கள். அவர்கள் வழங்கிய தனிநபர் மற்றும் நிறுவனங்களின் கடன் விபரங்கள் தொகுக்கப்பட்டுச் சேகரிக்கப்பட்டன. இப்படி இன்றைய தேதி வரை கடன் விபரங்கள் அனைத்தும் சேகரிக்கப்படுகிறன. இந்தியாவின் பெரும்பான்மையான நிதி நிறுவனங்களும், வங்கிகளும் இதன் வாடிக்கையாளராய் இருப்பதால் கிட்டத்தட்ட நம் அனைவரின் கடன் விபரங்களும் இங்குச் சேகரிக்கப்பட்டுள்ளன.

ஏற்கெனவே நாம் பார்த்தது போல, நம் கடன் விண்ணப்பம் பரிசீலனைக்கு எடுத்துக் கொள்ளப்படும் போது நமது சிபில் ரிப்போர்ட்டானது அந்த நிறுவனத்தால் ஆராயப்படும். இதனைப் பொறுத்த வரை இரண்டு முக்கிய விஷயங்கள் உள்ளன. ஒவ்வொரு சிபில் ரிப்போர்ட்டுடனும், சிபில் ட்ரான்ஸ்யூனியன் ஸ்கோர் (Cibil TransUnion Score) எனப்படும் ஒரு மதிப்பெண் வழங்கப்படும். இது ஒரு முக்கியமான குறியீடு ஆகும்.

சிபில் ஸ்கோர் என்பது 300 முதல் 900 வரை இருக்கும் ஒரு மதிப்பெண் குறியீடு. நாம் கடந்த காலங்களில் வாங்கிய கடனை எப்படித் திருப்பிச் செலுத்தியிருக்கிறோம் என்பதைப் பொறுத்து இந்த மதிப்பெண் அமையும். வாங்கிய கடன்களைச் சரியான நேரத்தில் ஒழுங்காகக் கட்டியிருந்தால், மதிப்பெண் அதிகமாக இருக்கும். அதே சமயம் சரியாக திருப்பிச் செலுத்தியிருக்காவிட்டால் மதிப்பெண் குறைந்து விடும்.

பொதுவாக நமது சிபில் ஸ்கோர் 700க்கு மேல் இருக்கும் பட்சத்தில் நமது கடன் விண்ணப்பம் அனுமதிக்கப்படுவதில் பிரச்சினைகள் இருக்காது. அதற்குக் குறைவாய் இருக்கும்பட்சத்தில் பிரச்சினைதான். அதே போல, நம் கடன் விண்ணப்பம் பரிசீலனைக்கு எடுக்கப்பட்டு நமது கடன் தகுதியினைக் கணக்கிடும்போது, சிபில் அறிக்கையில் உள்ள நமது அனைத்துக் கடன்களின் தவணையும் கணக்கில் எடுத்துக்கொள்ளப்படும்.

ஒவ்வொரு நிறுவனங்களும், அவர்களாகவே நமது சிபில் அறிக்கையினைப் பெற்றுவிடுவார்கள். நமது பெயர், பிறந்த தேதி, நமது ஆதார் அட்டை எண், வருமானவரி அட்டை எண் (Pan card No), வாக்காளர் அடையாள அட்டை எண் (Voters ID No.), கடவுச்சீட்டு எண் (Passport No.) அல்லது ஓட்டுநர் உரிமம் (Driving License No.) போன்ற சில விபரங்கள் இதற்குத் தேவைப்படும்.

நமது சிபில் ரிப்போர்ட் மற்றும் ஸ்கோர் விபரங்களை நாம் அறிந்துகொள்ள வேண்டுமெனில், சிபில் இணையத்தளத்தில் (www.cibil.com) விண்ணப்பித்துக் கட்டணம் செலுத்திப் பெற்றுக் கொள்ளலாம். WWW.Paizabazaar.com, WWW.bank-bazaar.com போன்ற இணையத்தளங்களில் இலவசமாகவும் உங்கள் சிபில் ரிப்போர்ட்டினைக் காண முடியும்.

வீட்டுக் கடன் நடைமுறைகள்

வீட்டுக் கடன் என்றால் என்ன, அதன் விபரங்கள், தேவைப்படும் ஆவணங்கள் அனைத்தையும் பற்றிப் பார்த்துவிட்டோம். இனி, வீட்டுக் கடன் பெறுவதற்கு உள்ள நடைமுறைகளையும் படிநிலைகளையும் (Process and Steps) பார்த்து விடலாம்.

வீட்டுக் கடன் வாங்குவது என முடிவு செய்தபின், முதல் வேலையாக நாம் ஏற்கெனவே தெரிந்து கொண்ட ஆவணங்களைத் தயார் செய்து கொள்ளுங்கள். அனைத்து ஆவணங்களும் தயார் நிலையில் வைத்திருப்பது நமது கடன் விண்ணப்பத்தினை விரைவாகப் பரிசீலித்து முடிக்க உதவும்.

படி1: கடன் விசாரணை (Loan Enquiry):

நாம் கட்டப்போகும் / வாங்கப்போகும் வீட்டின் எஸ்டிமேட் எவ்வளவு, நம் கையிருப்பு எவ்வளவு, நமக்கு எவ்வளவு கடன் தேவைப்படும் என்பதினை முதலில் முடிவு செய்து கொள்ளுங்கள். அதன் பின்னே எந்த நிறுவனத்தினை அணுகுவது என்று முடிவு செய்த பின், சம்பந்தப்பட்ட நிறுவன அலுவலகத்தினை நேரடியாக அணுகுங்கள்.

எல்லா நிறுவனங்களும், விற்பனை அலுவலர்கள் அல்லது அதிகாரிகள் (Sales officers / Sales Managers) வைத்திருப்பார்கள். அவர்கள் உங்களுக்கான உதவிகளை வழங்குவார்கள். உங்கள் விபரங்கள் அனைத்தினையும் பெற்றுக்கொண்டு, அவர்களால் கடன் வழங்க முடியுமா, முடியுமெனில் எவ்வளவு கிடைக்கும் என்பன போன்ற விபரங்களை அளிப்பார்கள். இந்த நிலையிலேயே வட்டி சதவிகிதம் என்ன, அதனைக் கணக்கிடும் முறை என்ன, இ.எம்.ஐ.

எவ்வளவு, எவ்வளவு காலத்திற்குப் போன்ற தேவைப்படும் விபரங்கள் அனைத்தினையும் பெற்றுக்கொண்டு ஒரு முடிவுக்கு வாருங்கள்.

பெரும்பாலான வாடிக்கையாளர்கள் கடன் கிடைத்தால் போதுமென்று வாங்கி விடுவார்கள். அதன் பின்னே இ.எம்.ஐ கட்டும் போதுதான் வட்டி அதிகம், கட்டும் காலம் அதிகம் என்பன போன்ற விஷயத்தினை யோசிப்பார்கள். வங்கி அதிகாரிகள் இதனையெல்லாம் நம்மிடம் சொல்லாமலே நம்மை ஏமாற்றிவிட்டார்கள் என்று குறைபடுவார்கள். வங்கி அதிகாரிகளைப் பொறுத்தவரை எல்லா விஷயமும் சொல்லி நம்மைத் தெளிவு செய்வார்கள் என நாம் எதிர்பார்க்கமுடியாது. ஏனெனில், ஒரு நாளைக்கு அவர்கள் சந்திக்கும் நூற்றுக்கணக்கான வாடிக்கையாளர்களில் நாமும் ஒருவர். எல்லாரிடமும் அவரால் அதிக அளவு நேரத்தினை செலவு செய்ய முடியாது.

இது நாம் வாங்கப்போகும் கடன். இதில் உள்ள லாப, நஷ்டங்கள் நம்மையே சாரும். அதனால் நாம்தான், நமக்குரிய எல்லா விபரத்தினையும் கேட்டுப் பெற்றுக் கொள்ளவேண்டும்.

‘எண்ணித்துணிக கருமம் துணிந்தபின்

எண்ணுவம் என்பது இழுக்கு’

என்ற திருக்குறளினை ஞாபகம் வைத்துக் கொள்ளுங்கள். எல்லா விபரங்களையும் கேட்டுப் பெற்று, அதன் பின் நன்கு யோசித்து முடிவுக்கு வாருங்கள்.

படி 2: கடன் விண்ணப்பம் (Loan Application):

சரி, நாம் அணுகிய நிறுவனத்தின் வட்டி, தவணைத்தொகை, நடைமுறைகள் போன்ற எல்லாமும் நாம் விரும்பியபடியே இருக்கின்றன. கடன் வாங்கலாம் என்று முடிவு செய்து விட்டீர்கள். அடுத்து என்ன செய்வது?

உடனடியாக, அந்த நிறுவனத்தின் கடன் விண்ணப்பத்தினைப் பெற்றுக்கொள்ளுங்கள். விண்ணப்பத்தில் கேட்கப்பட்டுள்ள அனைத்து விபரங்களையும் தெளிவாகப் பூர்த்தி செய்து, உங்கள் புகைப்படத்தினையும், உங்கள் இணை மனுதாரர் (Co-applicant) புகைப்படத்தினையும் அதற்கென உள்ள கட்டங்களில் ஒட்டவும்.

இணை மனுதாரர் என்பது உங்கள் கணவன் / மனைவியாக இருக்கலாம். அல்லது தந்தை / மகனாக இருக்கலாம். பொதுவாகச் சொல்வதென்றால், உங்கள் முதல் வாரிசுதாரர் (First legal heir) இணை மனுதாரராகக் கருதப்படுவார். இணை மனுதாரருக்கு வருமானம் இருக்கும் பட்சத்தில், உங்கள் விண்ணப்பத்தின் கடன் தகுதியினை முடிவு செய்யும்போது அதுவும் கணக்கில் எடுத்துக் கொள்ளப்படும்.

பூர்த்தி செய்யப்பட்ட விண்ணப்பப் படிவத்துடன் (Application form), கே.ஒய்.சி. ஆவணங்கள், வருமானச் சான்றிதழ்கள், வங்கிக்கணக்கு வழக்கு விபரம் போன்றவற்றைச் சமர்ப்பிக்க வேண்டும். அதனுடன் உங்கள் சொத்துப் பத்திரம், மூலப் பத்திரம், அப்ரூவ்டு பிளான் போன்றவற்றின் நகல்களையும் (ஜெராக்ஸ்) கொடுக்க வேண்டும்.

இதனுடன் விண்ணப்பக் கட்டணமாக (Processing Fees), கடன் தொகையினில் ஒரு குறிப்பிட்ட சதவீதம் (தோராயமாக 0.5% முதல் 2% வரை) செலுத்த வேண்டும். சில நிறுவனங்கள் கடனுக்கான விண்ணப்பம் கொடுக்கும்போது பரிசீலனைக் கட்டணமும் (Processing Fees), கடனுக்கான முன் அனுமதி தந்தபின் நிர்வாகக் கட்டணமும் (Administration Fees) கேட்கும்.

படி 3: கடன் அனுமதிக் கடிதம் (Loan offer letter):

நீங்கள் உங்கள் விண்ணப்பத்தினைப் போதிய ஆவணங்களுடன் சமர்ப்பித்த பின்னே, அது பரிசீலனைக்கு எடுத்துக்கொள்ளப்படும்.

நீங்கள் சமர்ப்பித்த விபரங்கள், ஆவணங்கள் போன்றவற்றின் உண்மைத்தன்மையினை ஆராய்வார்கள். உங்கள் 'சிபில் ரிப்போர்ட்' பரிசோதிக்கப்படும். இதுபோன்ற நடைமுறைகளின் பின்னே உங்களுக்குக் கடன் தருவதா, வேண்டாமா, எவ்வளவு தரலாம் என முடிவு செய்யப்படும்.

இதன் அடிப்படையில் உங்கள் கடனுக்கான முன் அனுமதிக் கடிதம் கிடைக்கும். இது முதல் நிலை அனுமதிக் கடிதம்தான் (Preliminary Sanction Letter). இதில் உங்கள் வருமானமும், உங்கள் கடன் தகுதியும் மட்டும்தான் கருத்தில் கொள்ளப்படும். பிற்பாடு உங்கள் ஆவணங்களில் ஏதேனும் சிக்கல் இருந்தாலோ அல்லது கட்டடத்தினில் ஏதும் சிக்கல் இருந்தாலோ உங்கள் கடன் அனுமதியினை ரத்து செய்வதற்கு நிறுவனத்திற்கு முழு உரிமை உள்ளது.

இது அந்த அனுமதிக் கடிதத்திலேயே தெளிவாகக் குறிப்பிடப்பட்டிருக்கும்.

படி 4. சட்ட அறிக்கை (Legal opinion):

கடனுக்கான முன் அனுமதிக் கடிதம் கிடைத்த பின், அதன் ஒரு நகலினை நீங்கள் வைத்துக் கொண்டு, மற்றொரு நகலில் நீங்களும், உங்கள் இணை மனுதாரரும் கையொப்பமிட்டு, கடன் தரும் நிறுவனத்திற்குத் திருப்பித்தரவேண்டும். அதாவது, அந்தக் கடன் அனுமதியினையும், அதன் சட்ட திட்டங்களையும் நீங்கள் ஒப்புக் கொள்கிறீர்கள் என்று அர்த்தம்.

இதன் பின்னர் உங்கள் சட்ட மற்றும் கட்டட ஆவணங்களைச் சமர்ப்பிக்க வேண்டும். நிறுவனத்தின் சட்ட அலுவலர் / வழக்கறிஞர் (Legal Officer) இதனை ஆய்வு செய்வார். உங்கள் ஆவணங்கள் அனைத்தும் சரியாக இருக்கும் பட்சத்தில் அவர் சட்ட அறிக்கையினைச் (Legal Opinion) சமர்ப்பித்து விடுவார். ஒருவேளை இன்னும் ஏதேனும் ஆவணங்கள் தேவைப்பட்டால், நீங்கள் வாங்கிக் கொடுத்தல் வேண்டும். ஆவணங்கள் திருப்தியில்லாத பட்சத்தில் ஏற்கெனவே கூறியது போல உங்கள் கடன் அனுமதி ரத்து செய்யப்பட வாய்ப்பிருக்கிறது. சட்ட அறிக்கை கிடைத்தபின்தான் உங்கள் கடன் அனுமதி அடுத்த நிலைக்குச் செல்லும்.

படி 5. கட்டட ஆய்வு (Technical Visit):

அடுத்ததாக, நிறுவனத்தின் பொறியாளர் உங்கள் கட்டடத்தைப் பார்வையிட வருவார். நீங்கள் கொடுத்த பத்திரத்தில்தான் வீடு இருக்கிறது என்பதனை உறுதி செய்து விட்டு, கட்டடத்தின் மொத்த மதிப்பு என்ன, இப்போது கட்டடம் எந்த நிலையில் இருக்கிறது, இதுவரை எவ்வளவு செலவாயிருக்கும் என்பன போன்ற விஷயங்களை உள்ளடக்கி தனது அறிக்கையினைச் (Valuation / Technical Report) சமர்ப்பித்து விடுவார். பொறியாளர் சமர்ப்பித்த அறிக்கையின் அடிப்படையில்தான் உங்களது கடன் தொகையானது இறுதி முடிவு செய்யப்படும்.

நீங்கள் கொடுத்த முதல் தகவலின்படி இல்லாமல், ஒரு வேளை வீட்டின் அளவினைக் குறைத்துக் கட்டியிருந்தால், முதலில் கிடைத்த கடன் அனுமதியினில் உள்ள கடன் தொகை குறையக்கூடும். அதே போல, நீங்கள் சமர்ப்பித்த

ஆவணத்தின் அளவிற்குள் கட்டடம் இல்லாத பட்சத்தில், மீதியுள்ள இடத்திற்குத் தகுந்த ஆவணங்களைச் சமர்ப்பிக்க வேண்டும். இல்லாத பட்சத்தில் உங்கள் கடன் அனுமதி ரத்து செய்யப்படும்.

படி 6. முதல் தவணை (First Disbursement):

கட்டடப்பொறியாளர் தந்த அறிக்கையின் அடிப்படையில், கடனின் முதல் தவணைத் தொகை முடிவு செய்யப்பட்டு அதற்கான காசோலையினைத் (Cheque) தயார் செய்வார்கள்.

காசோலையினைப் பெற்றுக் கொள்ள அழைப்பு வந்தபின், உங்கள் அனைத்து அசல் ஆவணங்களையும் சமர்ப்பிக்க வேண்டும். நீங்கள் என்னென்ன ஆவணங்கள் கொடுத்திருக்கிறீர்கள் என்ற அத்தாட்சிக் கடிதம் (Document acknowlegement letter) உங்களுக்கு வழங்கப்படும். கடன் காலம் முடியும் வரை, இந்தக் கடிதத்தினைப் பத்திரமாக வைத்துக் கொள்வது நலம். பிற்பாடு கடன் முடிந்த பின் ஆவணங்களைத் திருப்பி வாங்கும்போது பிணக்கு ஏதும் ஏற்படாமல் இருக்க இது உதவும். இத்துடன் உங்கள் கடனைத் திருப்பிச் செலுத்துவதற்கான காசோலைகள் அல்லது இ.சி. எஸ்.படிவத்தினைச் (ECS Form) சமர்ப்பிக்க வேண்டும். (இதனைப் பற்றி விரிவாகப் பின்னால் பார்க்கலாம்).

பின்னர், நிறுவனத்தின் கடன் உடன்படிக்கைப் புத்தகத்தில் (Loan Agreement) நீங்களும், உங்கள் இணை மனுதாரரும் கையெழுத்திட வேண்டும். பொதுவாக இது இரண்டு புத்தகங்களாக இருக்கும். முதல் புத்தகம் நிறுவனத்தின் பொறுப்பில் இருக்கும். அதன் நகலான இரண்டாவது புத்தகம் நிறுவனத்தினால் ஒப்பம் செய்யப்பட்டு உங்களுக்கு அனுப்பி வைக்கப்படும்.

இது கையெழுத்திட்டான பின், சில நிறுவனங்கள் எம்.ஓ.டி. (MOD) எனப்படும் பத்திர ஒப்படைப்பு ஆவணம் பதிந்து தரச்சொல்வார்கள். உங்கள் பகுதிக்குரிய சார்பதிவாளர் அலுவலகத்தில் இதனைப் பதிந்து தர வேண்டும்.

இந்த வேலைகள் முடிந்தபின், உங்களுக்கான முதல் தவணை (First Disbursement) காசோலையினை வழங்குவார்கள். அடுத்த தவணை கட்டடத்தின் எந்த நிலையில் (Stage) கொடுக்கப்படும், அதுவரை நீங்கள் செலுத்த வேண்டிய பிரீ இ.எம்.ஐ. தொகை எவ்வளவு போன்ற விபரங்களை

உங்களுக்குத் தருவார்கள். நீங்கள் கட்டிய வீட்டை வாங்கினால் ஒரே தவணையில் மொத்தப் பணமும் வரைவோலையாகத் தரப்பட்டுவிடும்.

படி 7. இரண்டாம், மூன்றாம் தவணைகள் (Subsequent Disbursements):

கடனின் முதல் தவணையினைக் கொண்டு கட்டடத்தினை அடுத்த நிலைக்குக் கொண்டு செல்லவேண்டும். அதுவரை ப்ரீ இ.எம்.ஐ. தொகையினைத் தவறாது மாதாமாதம் செலுத்த வேண்டும்.

கட்டடம் அடுத்த நிலைக்கு (Next Stage) வந்தபின் முறையாக வங்கிக்குத் தகவல் கொடுங்கள். (சில நிறுவனங்கள் புகைப்படம் எடுத்துத் தரச் சொல்வதுண்டு.) உங்கள் தகவல் கிடைத்தவுடன் நிறுவனத்தின் பொறியாளர் மீண்டும் உங்கள் கட்டடத்தினைப் பார்வையிட்டு, அதற்குரிய மதிப்பு அறிக்கையினைக் கொடுப்பார். அதன் அடிப்படையில் உங்களுக்கு இரண்டாவது தவணை வழங்கப்படும். இப்படி மூன்று அல்லது நான்கு நிலைகளில் உங்கள் கடன் வழங்கப்படும். அதுவரையினில் ப்ரீ இ.எம்.ஐ. யினை சரியாகச் செலுத்துதல் வேண்டும். முழுக் கடன் தொகையினையும் வாங்கிய பின், உங்கள் முழுமையான இ.எம்.ஐ ஆரம்பிக்கும்.

படி 8. கடனைத் திருப்பிச் செலுத்துதல்:

ஒவ்வொரு மாதமும் குறிப்பிட்ட தவணைத் தேதியில் இ.எம்.ஐ செலுத்தப்பட வேண்டும். நாம் ஏற்கெனவே பார்த்தது போல், நாம் முதல் தவணை கடன் பெறும்போது நமது வசதிக்குத் தக்கவாறு 15 முதல் 20 முன்தேதியிட்ட காசோலைகளை நம்மிடமிருந்து பெற்றுக்கொள்வார்கள். இதன் மூலம் மாதாமாதம் நம் தவணைத் தொகையினை எடுத்துக் கொள்வார்கள். இந்தக் காசோலைகள் அனைத்தும் தீரும் தறுவாயில் மீண்டும் 15 அல்லது 20 முன்தேதியிட்ட காசோலைகளைச் சமர்ப்பிக்க வேண்டும்.

இப்படி ஒவ்வொரு முறையும் நாம் முன்தேதியிட்ட காசோலைகளை வழங்குவதில் உள்ள நடைமுறை சிக்கல்களைக் குறைப்பது இ.சி.எஸ் முறை. இதற்குரிய முறையான படிவத்தினை நாம் பூர்த்தி செய்து, கடன் பெறும் நிறுவனத்திடம் சமர்ப்பிக்கவேண்டும். இதன்

அடிப்படையில் மாதாமாதம் நமது வங்கிக் கணக்கில் இருந்து நாம் செலுத்த வேண்டிய தவணைத் தொகை பிடித்தம் செய்யப்பட்டு, கடன் தரும் நிறுவனத்தின் கணக்கிற்கு அனுப்பப்படும்.

இப்படி மாதாமாதம் உங்களது தவணை தவறாமல் செலுத்தப்பட வேண்டும். ஒருவேளை இடையினில் ஏதேனும் ஒரு மாதம் கட்டத் தவறினால், நீங்கள் அந்தத் தவணையினைத் திருப்பிச் செலுத்தும் வரையுள்ள காலத்திற்கு அபராத வட்டி (Penality Interest) விதிக்கப்படும். இது பொதுவாக தவணைத் தொகையினில் 2 முதல் 3% ஆக இருக்கும்.

உங்கள் கடன் காலத்தில், இடையினில் கடன் தொகையினைத் திருப்பிச் செலுத்த விரும்பினால், அன்றைய கடன் நிலுவைத் தொகையினைச் செலுத்திவிட்டு உங்கள் கடனை முடித்துவிடலாம். சில நிறுவனங்கள் கடனை முன்கூட்டியே முடிப்பதற்கான கட்டணமாக (Foreclosing Charges) 2 முதல் 3 சதவீதம் கடன் நிலுவைத் தொகையினில் செலுத்தச் சொல்வதுண்டு. (தற்சமயம் ஆர்.பி.ஐ. ஆனது இந்தக் கட்டணத்தை வசூலிக்கக் கூடாது என அறிவுறுத்தியுள்ளது.) இந்தத் தொகையினை முற்றிலுமாகச் செலுத்திய பின், உங்களுக்குக் கடன் முடிந்ததற்கான கடிதத்தினைத் தருவார்கள். அதோடு நீங்கள் எம்.ஓ.டி. பதிந்து தந்திருந்தால் அதனைச் சார்பதிவாளர் அலுவலகத்திற்கு வந்து ரத்து (Cancellation) செய்து தருவார்கள்.

அதன் பின்னே பதினைந்து முதல் முப்பது நாட்களுக்குள் உங்கள் ஆவணங்கள் அனைத்தினையும் திருப்பித் தந்து விடுவார்கள்.

காப்பீடுகள் மற்றும் வருமான வரிச்சலுகைகள்

காப்பீடுகள் (Insurances):

பொதுவாக வீட்டுக் கடன் தரும் நிறுவனங்கள் அனைத்துமே இரண்டு வகையான காப்பீடுகள் எடுப்பதனைக் கட்டாயமாக்கி இருக்கும். ஒன்று கடன் பெறும் நபருக்கான தனி நபர்க் காப்பீடு (Personal Insurance). இன்னொன்று கடன் பெற்ற சொத்துக்கான காப்பீடு (Property Insurance).

கடன் காலத்தில் ஒருவேளை எதிர்பாராத விதமாகக் கடன் பெற்றவர் இறந்து விட நேரிட்டால், தனிநபர்க் காப்பீடு மூலம் இழப்பீடு பெறப்பட்டுக் கடன் தொகையானது பைசல் செய்யப்பட்டு விடும். அதே போன்று சொத்துக்கு ஏதேனும் நேர்ந்தால் அந்த சொத்தின் பெயரில் உள்ள காப்பீட்டின் மூலம் இழப்பீடு பெற்றுக் கொள்ளப்படும். சில நிறுவனங்கள் இந்தக் காப்பீடுகளை இலவசமாகவும், சில நிறுவனங்கள் குறிப்பிட்ட தவணைத் தொகையின் மூலமும் வாடிக்கையாளருக்குத் தருகின்றன.

வீட்டுக் கடன் வாங்கும்போது, காப்பீடுகள் விஷயத்தில் எச்சரிக்கையாக இருத்தல் நலம். சில நிறுவனங்கள் காப்பீட்டுக் கட்டணத்தினைக் கடன் தொகையுடன் சேர்த்து விடுவார்கள். அதனை உறுதி செய்து கொள்ள வேண்டும். அதே போல சில வேளைகளில் காப்பீட்டுத் தொகையும் அதிகமாக இருக்கக் கூடும். அதனையும் சரிபார்த்துக் கொள்ளவேண்டும். இன்னொரு முக்கியமான விஷயம், இந்த காப்பீட்டினை மனுதாரர் அல்லது இணை மனுதாரர் இருவரில் யார் பெயரில் வேண்டுமானாலும் எடுக்கலாம்.

சில நேரங்களில் வயது குறைவானவருக்குக் காப்பீட்டுக் கட்டணம் குறைவென்று அவர்கள் பெயரில் காப்பீட்டினைப்

பதிவு செய்வார்கள். ஆனால் மனுதாரர் அல்லது இணை மனுதாரர் இருவரில் யாருக்கு வருமானம் இருக்கின்றதோ அல்லது வருமானம் அதிகமாக இருக்கின்றதோ அவரின் பெயரில் காப்பீடு எடுப்பதுதான் சரியான செயலாக இருக்கும். இதனை நினைவில் வைத்துக் கொள்ளவும்.

அடுத்ததாக இன்னொரு முக்கியமான விஷயம், அவர்கள் கொடுக்கும் காப்பீடானது நீங்கள் கடனைச் செலுத்தும் காலம் முழுவதும் வருமா என்பதனை உறுதி செய்து கொள்ளுங்கள். சில நேரங்களில் இரண்டு மூன்று வருடங்கள் மட்டுமே காப்பீட்டுக் காலம் இருப்பது போலச் செய்து விடுவார்கள். எனவே இதனையும் முன் கூட்டியே கேட்டுத் தெரிந்துகொள்ளுங்கள்.

வருமான வரிச்சலுகைகள் (Income tax benefits)

வீட்டுக் கடன் பெறுவதன் இன்னொரு முக்கியமான பயன் நமக்குக் கிடைக்கும் வரிச்சலுகைகள். வீட்டுக் கடனுக்கான வருமானவரிச் சலுகைகள் இரண்டு விதமாக நமக்குக் கிடைக்கின்றன.

1. வீட்டுக் கடனுக்காகச் செலுத்தும் வட்டியின் மூலம்.
2. வீட்டுக் கடனுக்காகச் செலுத்தும் அசல் தொகையின் மூலம்.

வட்டிச்சலுகை:

வருமான வரிச்சட்டம் பிரிவு 24ன் படி, வீட்டுக் கடனுக்காக நாம் செலுத்தும் வட்டித் தொகையினில் ரூ 2 லட்சம் வரை நமது வருமானத்தில் கழித்துக் கொள்ளலாம். ஒரு வேளை அந்த வீடானது உங்களால் உபயோகிக்கப்படாமல் இருக்கும் பட்சத்தில் (அதன் வாடகை வருமானம் உங்கள் வருமானமாகக் கணக்கில் எடுத்துக் கொள்ளப்படும்) நீங்கள் செலுத்தும் மொத்த வட்டித் தொகைக்கும் வருமானவரி விலக்குப் பெற்றுக் கொள்ளலாம்.

வட்டித் தொகைக்கான வரிவிலக்கானது அந்தந்த நிதியாண்டின் (financial year) அடிப்படையில்தான் பெறப்படவேண்டும். மொத்தமாகப் பெற இயலாது. அதே போல, வரிவிலக்கு பெற ஆரம்பித்த மூன்று ஆண்டு காலத்திற்குள் வீட்டின் கட்டுமானப் பணிகளை முடித்திருந்தல் அவசியம்.

அசல் சலுகை:

வருமானவரி சட்டபிரிவு 80சியின் படி நாம் வீட்டுக் கடனுக்காகச் செலுத்தும் அசல் தொகையில் ரூ 1.5 லட்சம் வரை நமது வருமானத்தில் கழித்துக் கொள்ளலாம். நாம் செலுத்தும் அசல் தொகையினை மொத்தமாகச் சேர்த்து இந்த வரிச் சலுகையினைப் பெறலாம். ஒரு முக்கியமான விஷயம் என்னவென்றால் வரிவிலக்கு பெற ஆரம்பித்து ஐந்து ஆண்டுகளுக்கு அந்த வீட்டினை விற்க இயலாது. பெற்ற மொத்த அசல் தொகையும் அந்த நிதியாண்டின் வருமானமாகக் கணக்கிடப்பட்டு அதற்கு வரி செலுத்த வேண்டியிருக்கும்.

கீழே உள்ள சிறிய அட்டவணை உங்களுக்கு ஒரு தெளிவு கொடுக்கும்.

	அசல்	வட்டி
வருமானவரி சட்டப்பிரிவு	80சி	24
அதிகபட்ச வரிவிலக்குத் தொகை	ரூ 1.5 லட்சம்	ரூ 2 லட்சம்
வரிச்சலுகை பெறும் முறை	அந்த நிதியாண்டில் எவ்வளவு அசல் செலுத்தி யுள்ளோமோ அந்தத் தொகைக்கு.	அந்த நிதியாண்டிற்குரிய முறையான வட்டித் தொகைக்கு மட்டும்.
எந்தெந்தக் கடனுக்குப் பெறலாம்?	புதிய வீடு கட்ட, வாங்க, வாங்கப்படும் கடன்களுக்கு மட்டும்	வீடு கட்ட, வாங்க விஸ்தரிக்க, பழுதுபார்க்க வாங்கப்படும் கடன்களுக்கு
முக்கியமாக கவனிக்க வேண்டிய விஷயம்	5 ஆண்டுகளுக்குள் வீட்டினை விற்கக் கூடாது	3 ஆண்டுகளுக்குள் வீடு கட்டி முடிக்கப்பட வேண்டும்.

உங்களுக்கான வீட்டுக் கடனைத் திட்டமிடல்

ஒரு வீடு கட்டும் முன் முறையான திட்டமிடல் அவசியம். வீடு எப்படி இருக்கவேண்டும், என்னென்ன வசதிகள் வேண்டும், வெளித்தோற்றம் எப்படி இருக்க வேண்டும் என்றெல்லாம் யோசிக்கும்போதே, வீடு கட்டுவதற்கான நிதித் திட்டமிடலும் மிகவும் அவசியம்.

பெரும்பான்மையான மக்கள் தவறும் இடம் என்னவென்றால், வாழ்க்கையில் ஒரு முறைதானே வீடு கட்டுகின்றோம், அதனால் முடிந்த அளவு கடனை வாங்கியாவது கட்டி விடுவோம் என்று வீட்டினை ஆரம்பித்து விடுவார்கள். ஆனால் கடன் கிடைக்காமல் வீடு பாதியில் நிற்கும் போதோ அல்லது கடன் வாங்கி வீடு கட்டியபின் கடனைத் திருப்பிச்செலுத்த இயலாமல் தள்ளாடும்போதுதான் தங்களின் தவறு புரியும்.

இன்றைக்கும், வீடு கட்டும்போது முறையாகத் திட்டமிடாத பலர் கடைசியில் வீட்டினை விற்க வேண்டிய சூழ்நிலைக்குப் போகிறார்கள். அல்லது கடன் கொடுத்த வங்கி வீட்டைக் கையகப்படுத்தி விடுகிறது. இங்கு இதனைக் குறிப்பிடுவதற்குக் காரணம், உங்களைப் பயமுறுத்த இல்லை. முறையான நிதித்திட்டமிடல் அவசியம் என்பதற்காகத்தான்.

> ‘அளவறிந்து வாழாதான் வாழ்க்கை உளபோல
> இல்லாகித் தோன்றாக் கெடும்’

இந்தத் திருக்குறளின் பொருள், செல்வத்தின் அளவு தெரியாமல் வாழ்பவனுடைய வாழ்க்கை, எல்லா வளமும் இருப்பது போல் தோன்றி, இல்லாமல் மறைந்து விடும் என்பதாகும்.

ஆகையால் வீடு கட்டும் முன் முதலில் செய்ய வேண்டியது, நம் கையிருப்பு எவ்வளவு என்று உறுதியாகத் தெரிந்துகொள்ள

வேண்டும். அடுத்ததாக நமக்கு எவ்வளவு வீட்டுக் கடன் கிடைக்கும் என்றும் அறிந்து கொள்ள வேண்டும்.

உங்கள் கையிருப்பினில் ஒரு 10% குறைத்துக் கொள்ளுங்கள். மீதியுள்ள தொகையோடு வீட்டுக் கடன் எவ்வளவு கிடைக்குமோ அதனைச் சேர்த்துக்கொள்ளுங்கள். இப்போது எவ்வளவு தொகை வருகின்றதோ, அதற்குள் உங்களின் வீடு கட்டும் செலவு இருக்குமாறு வீட்டின் பரப்பளவு மற்றும் வசதிகளைத் திட்டமிட்டுக் கொள்ளுங்கள். இடையில் கட்டுமானப் பொருட்களின் விலையேற்றம்,வேறு அசம்பாவிதங்கள் போன்றவை ஏற்படுமாயின் நீங்கள் ஏற்கெனவே ஒதுக்கி வைத்திருக்கும் 10% கையிருப்பு உங்களுக்குக் கை கொடுக்கும். எல்லாம் சரி, நமக்கான வீட்டுக் கடனை எப்படித் தேர்வு செய்வது.

கீழ்க்கண்ட பத்து விஷயங்களை மனத்தில் இருத்திக்கொள்ளுங்கள்.

1. வீட்டுக் கடன் வட்டி எவ்வளவு என்று பார்க்கும் போதே, அதன் இ.எம்.ஐ எவ்வளவு என்று பார்த்துக்கொள்ளுங்கள். உங்கள் கடனின் கால அளவு 10 வருடங்கள் என முடிவு செய்தால், வெவ்வேறு நிறுவனங்களில் 10 வருடத்திற்குரிய மாத இ.எம்.ஐ எவ்வளவு என்று பாருங்கள். எது குறைவோ அதுதான் உங்கள் முதல் தேர்வாக இருக்கவேண்டும்.

2. வட்டிவிகிதமானது நிலையானதா அல்லது மாறுபடக் கூடியதா என்பதனைக் கவனித்துக் கொள்ளுங்கள். மாறுபடக் கூடியது எனில் அதுகுறித்த முறையான விபரங்களைப் பெற்றுக்கொள்ளுங்கள். ஏனெனில் மாறுபடும் வட்டிவிகிதத்தில் கடன் வாங்குகையில் சில நிறுவனங்கள் வட்டிவிகிதத்தை அதிகரிக்கும்போது, வாடிக்கையாளர்களுக்கு முறையான தகவல் கொடுப்பதில்லை. அதன் காரணமாக வாடிக்கையாளர்கள் அறியாமலே அவர்களின் தவணைக் காலம் அதிகரித்து விடும். நாம் 120 தவணைகளில் கடன் முடிந்து விடும் என்று நம்பிப் போகும் போது அவர்கள் இன்னும் 6 மாதத்தவணை செலுத்த வேண்டும் என்று சொன்னால் எப்படி இருக்கும்? ஆகவே இதனை உறுதி செய்து கொள்வது மிக மிக அவசியம்.

3. காப்பீடுகள் இலவசமாகக் கிடைக்கின்றனவா அல்லது அதற்குத் தனியாகப் பணம் செலுத்தவேண்டுமா என்று பாருங்கள். இலவசமெனில் நல்லது. பணம்

செலுத்தவேண்டுமெனில் மற்ற நிறுவனங்களோடு ஒப்பிட்டுக் கொள்ளுங்கள். ஒரு முக்கியமான விஷயம் என்னவென்றால், சில நிறுவனங்கள், கடன் திருப்பிச்செலுத்தும் காலம் முழுமைக்கும் காப்பீடு தருவார்கள். சில நிறுவனங்களோ முதல் சில வருடங்களுக்கு மட்டுமே தருவார்கள். எனவே கடன் திருப்பிச்செலுத்தும் காலம் முழுமைக்கும் காப்பீடு இருக்குமா என உறுதி செய்து கொள்வது நல்லது.

4. சேவைக்கட்டணம் எவ்வளவு என்பதனை உறுதி செய்து அதனை மற்ற நிறுவனங்களோடு ஒப்பிட்டுப் பார்த்துக்கொள்ளுங்கள்.

5. கடன் காலத்தில், அசல் தொகையில் ஏதேனும் தொகை கட்டினால் அதற்கு எதுவும் கட்டணம் உள்ளதா எனக் கேட்டுக் கொள்ளுங்கள். பெரும்பான்மையான நிறுவனங்களில் அது போன்ற கட்டணம் கிடையாது என்பதனை நினைவில் கொள்ளவும்.

6. அதே போல, தவணைக் காலத்திற்கு முன்பாகவே கடனைத் திருப்பிச் செலுத்தினால் அதற்குக் கட்டணம் உள்ளதா என உறுதி செய்து கொள்ளுங்கள்.

7. கடனைத் திருப்பிச் செலுத்திய பிறகு, நமது அடமானப் பத்திரத்தினை எத்தனை நாட்களில் ரத்து செய்து தருவார்கள் மற்றும் நாம் கொடுத்த பத்திரங்களை எத்தனை நாட்களில் திருப்பிக் கொடுப்பார்கள் என்பதனை உறுதி செய்து கொள்ளவும். முடிந்தால் அந்த நிறுவனத்தில் ஏற்கெனவே கடன் பெற்று முடித்திருந்த வாடிக்கையாளர்களிடம் விசாரித்துக் கொள்வது நல்லது. ஏனெனில், சில நிறுவனங்கள் இதனை முறையாகச் செய்வதில்லை எனச் சந்தையில் ஒரு பேச்சு இருக்கிறது.

8. இன்னொரு முக்கியமான விஷயம், கடன் கேட்டு விண்ணப்பிக்கப் போகும் முதல் நிலையில் உங்களின் அசல் ஆவணங்களைக் கொடுக்கவேண்டாம். நகல்களைக் கொடுத்தால் போதும். கடன் உறுதியாகும் நிலையில் அசல் ஆவணங்களைக் கொடுங்கள். அப்படிக் கொடுக்கும்பொழுது, என்னென்ன ஆவணங்கள் கொடுக்கின்றோம் என ஒப்புகைக்கடிதம் (Acknowledgement letter) பெற்றுக்கொள்ளுங்கள்.

9. திருப்பிச் செலுத்தும் காலம் என்பது மிக முக்கியமான விஷயம். சில நிறுவனங்கள், தகுதி உள்ளவர்களுக்கு முப்பது வருடத் தவணைக் காலம் கூடக் கொடுக்கின்றனர். சில வாடிக்கையாளர்கள் சீக்கிரம் கடனைக் கட்டி முடிக்க வேண்டும் என்பதற்காக ஐந்து வருடம் போதுமென்பார்கள். இதில் என்ன பிரச்சினை என்றால், திருப்பிச் செலுத்தும் காலம் குறைந்தால் கட்டவேண்டிய இ.எம்.ஐ அதிகரிக்கும். எனவே கடன் தொகை குறையக் கூடும். மேலும் கட்டவேண்டிய பாரம் அதிகமானால், எதிர்பாராத சில செலவுகள் வரும்பொழுது நாம் தடுமாறக்கூடும். ஆகையினால் மிக நீண்ட காலமாகவும் இல்லாமல், குறைந்த காலமாகவும் இல்லாமல் நம்மால் என்ன முடியும் என யோசித்து முடிவு செய்வது நல்லது.

10. கடைசியாய் மிகவும் முக்கியமான விஷயம், இப்போது பெரும்பாலும் கடன் வழங்கும் நிறுவனங்கள் நல்ல வாடிக்கையாளர்களுக்கு, மூச்சு முட்ட முட்டக் கடன் தருவதற்குத் தயாராகவே இருக்கின்றன. ஆனால் நம்மால் எவ்வளவு திருப்பிச் செலுத்த இயலும் என்ற சுயசிந்தனை இல்லாமல் கடன் வாங்கக் கூடாது. உதாரணமாக ₹20,000 சம்பளம் வாங்கும் ஒருவர் ₹12,000 இ.எம்.ஐ கட்டும் அளவிற்குக் கடன் வாங்கினால், மீதமுள்ள 8,000 ரூபாயில் வைத்து எப்படிக் குடும்பத்தை ஓட்டுவார்? சிக்கனமாகவே வாழ்ந்தாலும் இடையில் ஏதேனும் ஒரு மாதம் எதிர்பாராத செல்வு வரும் எனில் என்ன செய்வார்? இதனை யோசித்துக் கொள்ள வேண்டும். எப்போதுமே, நமது இ.எம்.ஐ ஆனது நமது மாத ஊதியத்தில் 40 முதல் 50% க்குள் இருக்குமாறு பார்த்துக்கொள்வது நலம்.

வீட்டுக் கடன் வாங்கிய பின் நினைவில் கொள்ள வேண்டியவை

1. ஒவ்வொரு மாதமும் தவணைத் தேதிக்கு முதல் நாள் உங்கள் தவணைத் தொகை வங்கி இருப்பில் உள்ளதா என உறுதி செய்து கொள்ளுங்கள். சில வாடிக்கையாளர்கள் அவர்களின் தவணைத் தொகை எவ்வளவோ அந்த அளவிற்கு மட்டும் சரியான தொகையினை வங்கியில் வைத்திருப்பார்கள். அவர்களின் கெட்ட காலம், வங்கியில் இருந்து

ஏதாவது ஒரு கட்டணம் என நூறு இருநூறு ரூபாய்களை எடுத்துக் கொள்வார்கள். அடுத்த நாள், அந்த சிறிய தொகைக்காக உங்கள் தவணை எடுக்கப்படாமல் இ.சி.எஸ் திருப்பி அனுப்பப்படும். விளைவு, தவணை திரும்பிய அபராதம் என வீட்டுக் கடனுக்கு ஒரு தொகையும், இ.சி.எஸ் திரும்பிய அபராதம் என வங்கிக் கணக்குக்கு ஒரு தொகையும் கட்ட நேரும். எனவே இந்த விஷயத்தில் முன் ஜாக்கிரதை முத்தண்ணாவாக இருப்பது சிறப்பு.

2. மாறுபடும் வட்டிவிகிதத்தில் கடன் பெற்றிருந்தால் ஆறு மாதங்களுக்கு ஒரு முறை உங்கள் கடனுக்கான வட்டிவிகிதத்தினை கேட்டுக் கொள்ளுங்கள். சில வேளைகளில் வட்டிவிகிதம் குறையும்போது, உங்களுக்குக் குறைக்கப்படாமல் இருப்பின் அதனைக் குறைப்பதற்கான விண்ணப்பத்தினை நீங்கள்தான் கொடுக்க வேண்டியிருக்கும். அதே போல வட்டிவிகிதம் மிக அதிகமாக அதிகரித்திருந்தால் அதற்குரிய காரணத்தினையும் கேட்டுத் தெரிந்து கொண்டு, வேண்டியன செய்தல் வேண்டும்.

3. ஒரு வேளை நீங்கள் முழுக் கடன் காலத்திற்கான காப்பீடு எடுக்க வில்லையெனில், உங்கள் காப்பீட்டினை எப்போது புதுப்பிக்க வேண்டும் என நினைவில் வைத்துச் சரியாகச் செய்தல் வேண்டும்.

4. சில நேரங்களில் நீங்கள் முன்கூட்டியே அசலில் ஒரு பகுதியைத் திருப்பிச் செலுத்தும்போது அது சரியாக கணக்கில் வைக்கப்பட்டுள்ளதா என்பதனை உறுதி செய்து கொள்ளுங்கள்.

5. எதிர்பாராத விதமாக மனுதாரரர் அல்லது இணை மனுதாரரர் கடன் காலத்தில் இறந்து விட நேர்ந்தால் அது குறித்த தகவல்களை வங்கிக்குத் தெரிவித்தல் வேண்டும். அதே போலக் காப்பீடு யார் பெயரில் உள்ளதோ அவர் இறக்க நேரிட்டால், வங்கியினை எவ்வளவு விரைவாகத் தொடர்பு கொள்ள இயலுமோ அவ்வளவு விரைவாகத் தொடர்பு கொண்டு காப்பீட்டுத் தொகையினை பெறவேண்டும். ஏனெனில் சில வேளைகளில் காலம் தாழ்த்தி விண்ணப்பிக்கும் போது நமது காப்பீட்டுத் தொகை கிடைக்காமல் போக வாய்ப்புள்ளது.

வீட்டுக் கடன் சம்பந்தமான புகார்கள்

நாம் ஏற்கெனவே பார்த்தது போல அனைத்து வீட்டுக்கடன் நிறுவனங்களும் என்.ஹைச்.பி—யால் கட்டுப்படுத்தப்படுகிறது. நமது வீட்டுக்கடன் குறித்து நமக்கு ஏதேனும் புகார்கள் இருக்கும் பட்சத்தில், சம்பந்தப்பட்ட நிறுவனங்களுக்குப் புகார்க் கடிதம் அனுப்பலாம். அவர்கள் 30 நாட்களுக்குள் பதிலளிக்கத் தவறும் பட்சத்தில் அல்லது முறையான பதில் அளிக்காத பட்சத்தில் நாம் என்.ஹைச்.பி—யினை அணுகலாம்.

புகார்களை கீழ்க்கண்ட முகவரிக்கு அனுப்பலாம்.

National Housing Bank

Department of Regulation and Supervision,

Core 5A, India Habitat Centre,

Lodhi Road, New Delhi – 110003.

அல்லது crcell@nhb.org.in என்ற மின்னஞ்சல் முகவரிக்கு மின்னஞ்சல் செய்யலாம்.

அல்லது https://nhb.org.in/ என்ற இணையமுகவரியில் புகாரினைப் பதிவு செய்யலாம்.

சில முக்கிய இணையத்தளங்கள்

இன்றைய காலகட்டத்தில் இணையத்தளத்தின் வருகை, அனைத்து விஷயங்களையும் மிக மிக எளிதாக்கியுள்ளது.

பட்டா, வில்லங்கச் சான்றிதழ்கள் போன்றவற்றைப் பெறுவதில் இருந்து, நமக்குத் தேவையான அனைத்து விபரங்களையும் இருந்த இடத்தில் இருந்தே பெற்றுக்கொள்ள இணையத்தளங்கள் உதவுகின்றன. எனவே வீட்டுக்கடனுடன் தொடர்புடைய சில இணையத்தளங்களின் விபரங்களைப் பார்த்து விடுவோம். இது உங்களுக்கு வெகுவாக உதவும் என்பதில் எள்ளளவும் ஐயமில்லை.

www.tnreginet.net — நமது பதிவுத்துறைக்கான இணையத்தளம் இது. இதனை நீங்கள் தமிழிலும் பார்க்க இயலும் என்பது இதன் சிறப்பு.

இந்த இணையத்தளத்தின் மூலம் நீங்கள் எண்ணற்ற தகவல்களைப் பெறமுடியும். சில முக்கியமான விஷயங்களை எப்படிப் பெறுவது என்பதனைப் பார்ப்போம்.

சொத்தின் வழிகாட்டி மதிப்பு:

ஒரு சொத்தினை வாங்கும்போது அதன் வழிகாட்டி மதிப்பில் அந்த சொத்தானது பதியப்பட்ட வேண்டியது அவசியம். இதனை இந்த இணையத்தளத்தில் உள்ள வழிகாட்டி மதிப்பு என்ற வசதியின் மூலம் நாம் பெற்றுக் கொள்ளலாம்.

பொதுவாக இது இரண்டு விதங்களில் கிடைக்கும். தெருப் பெயரின் மூலமாகவோ அல்லது சர்வே எண்ணின்

மூலமாகவோ பெறலாம். பெரிய நகரங்களில் உள்ள நிலத்தின் மதிப்பினை தெருப் பெயரின் மூலமாகவும், கிராமங்கள் மற்றும் சிறு நகரங்களில் உள்ள நிலத்தின் மதிப்பினை சர்வே எண் மூலமாகவோ பெறலாம்.

இந்த மதிப்பினைப் பெறுவதற்கு உங்கள் நிலத்தின் சர்வே எண் / தெருப் பெயர் உங்கள் கிராமம் / வார்டு எண் சார்பதிவாளர் அலுவலகத்தின் பெயர் போன்ற விபரங்கள் தேவைப்படும்.

வில்லங்கச் சான்றிதழ் பார்வையிடல்:

இணையத்தளத்தின் முகப்புப் பக்கத்தில் உள்ள மின்னணுச் சேவைகள் என்ற பகுதியில் உங்களுக்குத் தேவையான வில்லங்கச் சான்றிதழைப் பார்வையிட முடியும்.

இதனை இரு வகைகளில் பார்க்கலாம்.

முதல் வகையில் உங்கள் சர்வே எண் விபரங்களைக் கொடுப்பதன் மூலமும், இரண்டாவது வகையில் உங்கள் ஆவண எண் விபரங்களைக் கொடுப்பதன் மூலமும் பெறலாம்.

அதே போல, எந்தத் தேதியில் இருந்து எந்தத் தேதி வரை உள்ள பதிவுகளின் எண்ணிக்கை வேண்டுமோ அதனைத் தேர்வு செய்து கொள்ளலாம்.

நீங்கள் பதிவு செய்யும் காலத்தில் உள்ள பதிவுகளின் எண்ணிக்கை குறைவாக இருக்கும் பட்சத்தில், உங்கள் சான்றிதழை உடனடியாகப் பதிவிறக்கம் செய்து கொள்ளலாம்.

ஒருவேளை பதிவு எண்ணிக்கை அதிகமாக இருப்பின், சான்றிதழானது உங்கள் மின்னஞ்சல் முகவரிக்கு அனுப்பி வைக்கப்படும்.

இந்த இரண்டு சேவைகளுடன், பதிவுத்துறை சார்ந்த அனைத்து சேவைகளும், விபரங்களும் இந்த இணையத்தளத்தில் உங்களுக்குக் கிடைக்கும்

TN REGINET முகப்புப் பக்கம்:

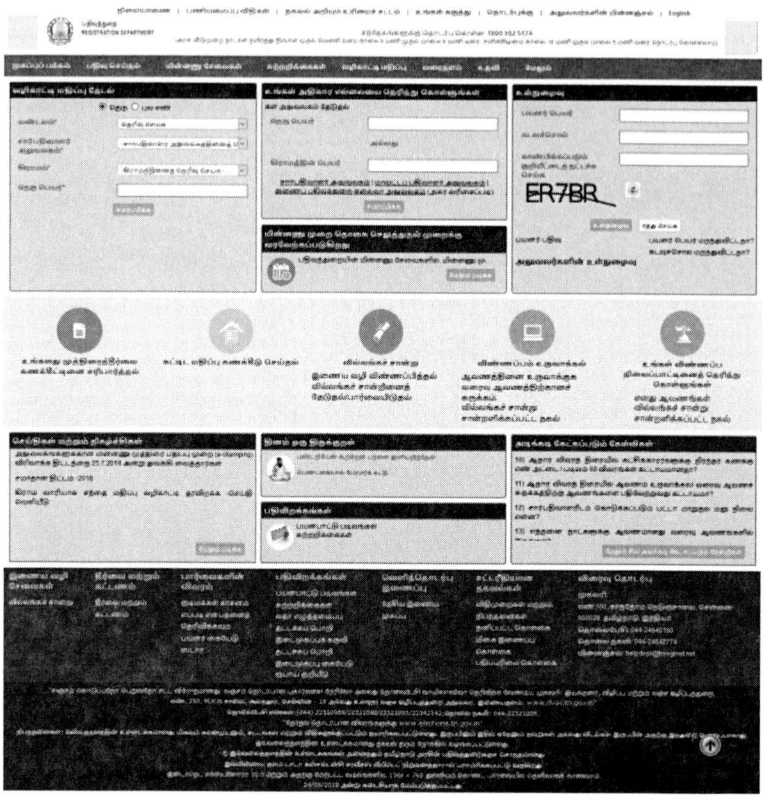

TN REGINET வழிகாட்டி மதிப்பு பெறுவதற்கான பக்கம்:

TN REGINET வில்லங்கசான்றிதழ் பெறுவதற்கான பக்கம்:

www.tn.gov.in - இந்த இணையத்தளமானது தமிழ்நாடு அரசின் இணையத்தளம் ஆகும். இதனையும் நீங்கள் தமிழில் பார்க்க முடியும். இதில் வெவ்வேறு துறைகளின் கீழ் நமக்குத் தேவையான அனைத்து விபரங்களையும் பெற்றுக் கொள்ளலாம். இதில் உள்ள ஆன்லைன் சேவைகள் பிரிவில் உள்ள வருவாய்த்துறை என்ற வசதியின் மூலம் உள்சென்றால், நமக்குத் தேவையான பட்டா, சிட்டா / அடங்கல் மற்றும் அ—பதிவேடு விபரங்கள் போன்றவற்றை தரவிறக்கம் செய்து கொள்ளலாம். இதற்குக் கீழ்க்கண்ட இணைப்பின் மூலம் நேரடியாகவும் உள் செல்லலாம்.

http://eservices.tn.gov.in/eservicesnew/home.html

இந்த இணைப்பில் உள் சென்று மாவட்டம், வட்டம், கிராமம், பட்டா எண் அல்லது புல எண் போன்ற விபரங்களைத் தருவதன் மூலமாக உங்களுக்குத் தேவையான பட்டா அல்லது எஃப்.எம்.பி. வரைபடம் போன்றவற்றைத் தரவிறக்கம் செய்து கொள்ளலாம்.

tn.gov.in ன் முகப்பு பக்கம்:

eservices.tn.gov.in ன் முகப்பு பக்கம்,

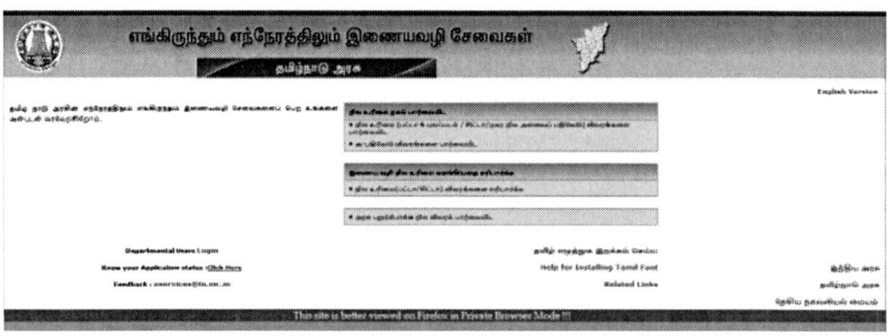

https://nhb.org.in/ - என்.ஹைச்.பி என்றழைக்கப்படும் தேசிய வீட்டு வசதி வங்கியின் இணையத்தளம் இது. ஏற்கெனவே கூறியபடி, வீட்டுக் கடன் சம்பந்தமான புகார்களை இதில் பதிவு செய்யலாம். இந்தத் தளம் முழுவதும் ஆங்கிலம் மற்றும் இந்தியில்தான் இருக்கும். இதன் முகப்புப் பக்கத்தில் உள்ள e-services என்ற இணைப்பினைச் சுட்டினால் Griv-ance Redressal system என்ற இணைப்பு கிடைக்கும். இதில் உங்கள் புகாரினைப் பதிவு செய்யலாம்.

www.cibil.com - நாம் ஏற்கெனவே பார்த்தது போல, வீட்டுக் கடன் பெற சிபில் ரிப்போர்ட் எனப்படும் கடன் அறிக்கையும், சிபில் ஸ்கோரும் மிக முக்கியம். அந்த சிபில் அமைப்பிற்கான இணையத்தளம் இது. இத்தளம் ஆங்கிலத்தில்தான் இருக்கும். இதன் முகப்பிலேயே கெட் யுவர் கிரெடிட் ஸ்கோர் (GET YOUR CREDIT SCORE) என்ற தலைப்பு இருக்கும். அந்த இணைப்பின் மூலம், நமது சிபில் ரிப்போர்ட்டினை ஆன்லைனில் விண்ணப்பிக்கலாம்.

இந்த இணைப்பில் மூன்று விருப்பங்கள் இருக்கும். ஒரு மாதத்திற்கான அறிக்கை தேவையெனில் ரூ*550* ம், ஆறு மாதங்களுக்குத் தொடர்ந்து பெறுவதற்கு ரூ*800*ம், ஒரு வருடத்திற்குத் தொடர்ந்து பெறுவதற்கு ரூ*1200*ம் கட்டணம் செலுத்த வேண்டும். உங்களுக்கு எது தேவையோ, அதனைத் தேர்வு செய்து கொள்ளலாம்.

CIBIL இணையத்தளத்தின் முகப்பு பக்கம்

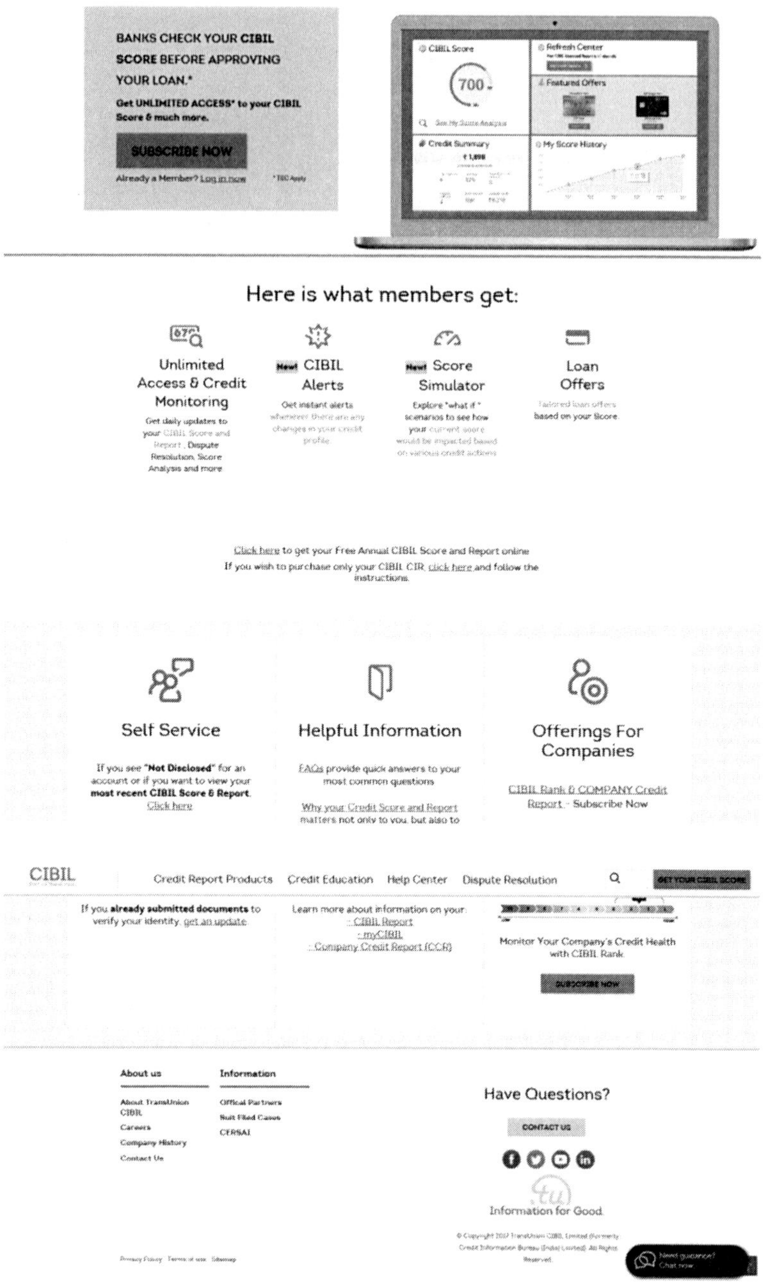

BANKS CHECK YOUR CIBIL SCORE BEFORE APPROVING YOUR LOAN.*
Get UNLIMITED ACCESS* to your CIBIL Score & much more.
SUBSCRIBE NOW
Already a Member? Log in now
CIBIL Score
700
Refresh Center
Featured Offers
Credit Summary
My Score History
Here is what members get:
Unlimited Access & Credit Monitoring
Get daily updates to your CIBIL Score and Report, Dispute Resolution, Score Analysis and more
New! CIBIL Alerts
Get instant alerts whenever there are any changes in your credit profile.
New! Score Simulator
Explore "what if" scenarios to see how your current score would be impacted based on various credit actions
Loan Offers
Tailored loan offers based on your Score.
Click here to get your Free Annual CIBIL Score and Report online
If you wish to purchase only your CIBIL CIR, click here and follow the instructions.
Self Service
If you see "Not Disclosed" for an account or if you want to view your most recent CIBIL Score & Report. Click here
Helpful Information
FAQs provide quick answers to your most common questions
Why your Credit Score and Report matters not only to you, but also to
Offerings For Companies
CIBIL Rank & COMPANY Credit Report - Subscribe Now
CIBIL
Credit Report Products
Credit Education
Help Center
Dispute Resolution
GET YOUR CIBIL SCORE
If you already submitted documents to verify your identity, get an update.
Learn more about information on your:
- CIBIL Report
- myCIBIL
- Company Credit Report (CCR)
Monitor Your Company's Credit Health with CIBIL Rank
SUBSCRIBE NOW
About us
About TransUnion CIBIL
Careers
Company History
Contact Us
Information
Offical Partners
Suit Filed Cases
CERSAI
Have Questions?
CONTACT US
Information for Good.
Privacy Policy Terms of use Sitemap

நில அளவுகள்

நீள அளவைகள்

அடிகள்	
1 அங்குலம் (இஞ்ச்)	*2.54 செமீ*
12 அங்குலம்	*1 அடி*
1 அடி	*0.3048 மீட்டர்*
1 அடி	*30.48 செமீ*
3.281 அடிகள்	*1 மீட்டர்*
3 அடிகள்	*1 கெஜம்*
66 அடிகள்	*1 செயின்*
66 அடிகள்	*100 லிங்க்*
660 அடிகள்	*1 ஃபர்லாங்*
5281 அடிகள்	*1 மைல்*
3281 அடிகள்	*1 கிமீ*
33 அடிகள்	*1 குந்தா*
0.66 அடி	*1 லிங்க்*

மீட்டர்	
1 மீட்டர்	*3.281 அடிகள்*
1000 மீட்டர்	*1 கிலோமீட்டர்*
20 மீட்டர்	*1 செயின்*
0.2 மீட்டர்	*1 லிங்க்*
200 மீட்டர்	*ஃப்ர்லாங்*

1610 மீட்டர்	1 மைல்
0.9144 மீட்டர்	1 கெஜம்
1 மீட்டர்	1.0936 கெஜம்
1 மீட்டர்	39.37இஞ்ச்
0.3048 மீட்டர்	1 அடி

பரப்பளவு

1 சென்ட்	435.60 சதுர அடிகள்
1 சென்ட்	40.50 சதுர மீட்டர்
1சென்ட்	3.025 குழி
100 சென்ட்	1 ஏக்கர்
5.5 சென்ட்	1 மனை / 1 கிரவுண்ட்
2.47சென்ட்	1 ஏர்ஸ்
132.23 சென்ட்	1 காணி
56 சென்ட்	1 குருக்கம்
661.15 சென்ட்	1 வேலி
144 சதுர அடிகள்	1குழி
1076 சதுர அடிகள்	1 ஏர்ஸ்
1 சதுர மீட்டர்	10.7639 சதுர அடிகள்
0.0929 சதுர மீட்டர்	1 சதுர அடி
100 சதுரமீட்டர்	1 ஏர்ஸ்
10000 சதுர மீட்டர்	1 ஹெக்டேர்
100 ஏர்ஸ்	1 ஹெக்டேர்

பதிவுக் கட்டணங்கள்

(இன்றைய தேதி 07.11.2022ன் படி)

தமிழ்நாடு முத்திரைத் தீர்வை மற்றும் பதிவுக் கட்டணம்

ஆவண வகைப்பாடு	முத்திரைத் தீர்வை	பதிவுக் கட்டணம்
1. விற்பனை ஆவணம் / கிரைய ஆவணம் (விற்பனை / கிரையம்)	7% சந்தை மதிப்பிற்கு	4% சந்தை மதிப்பிற்கு
2. தான ஆவணம்	7% சந்தை மதிப்பிற்கு	4% சந்தை மதிப்பிற்கு
3. பரிவர்த்தனை	அதிகபட்ச சொத்து மதிப்பிற்கு 7%	அதிகபட்ச சொத்து மதிப்பிற்கு 4%
4. ஈடு அடமானம்	1% (கடன் தொகைக்கு) உயர்ந்த பட்சம் ரூபாய் 40,000/—	1% (கடன் தொகைக்கு) உயர்ந்த பட்சம் ரூபாய் 10,000/—
5 ஈடு அடமானம் (சுவாதீனத்துடன் கூடியது)	4% (கடன் தொகைக்கு)	1% (கடன் தொகைக்கு) உயர்ந்தபட்சம் ரூபாய் 2,00,000/—

6. விக்கிரைய உடன்படிக்கை	ரூபாய் 20	1% (முன்பணத்திற்கு) சுவாதீனத்துடன் கூடிய விக்கிரைய உடன்படிக்கை எனில் கைமாற்றுத் தொகைக்கு 1%
7.கட்டட ஒப்பந்த உடன்படிக்கை	1% ஒப்பந்த தொகைக்கு அல்லது ஆவணத்தில் குறிப்பிட்டுள்ள தொகை இவற்றில் அதிகமாக உள்ள தொகைக்கு	1% ஒப்பந்த தொகைக்கு அல்லது ஆவணத்தில் குறிப்பிட்டுள்ள தொகை இவற்றில் அதிகமாக உள்ள தொகைக்கு
8 ரத்து ஆவணம்	ரூபாய் 50	ரூபாய் 50
9. பாகப்பிரிவினை ஆவணம்		
i) குடும்ப நபர்களுக்கிடையில்	ஒவ்வொரு பாகத்திற்கும் சந்தை மதிப்பிற்கு 1% (அதிகபட்சம் ரூ. 25,000/—)	ஒவ்வொரு பாகத்திற்கும் சந்தை மதிப்பிற்கு 1% (அதிகபட்சம் ரூபாய் 4,000/—)
ii) குடும்பம் அல்லாதவர் களுக்கிடையில்	பிரிந்த பாகத்தின் சந்தை மதிப்பிற்கு 4%	பிரிந்த பாகத்தின் சந்தை மதிப்பிற்கு 1%
10. பொது அதிகார ஆவணம்		
i) பொது அதிகாரம் விற்பனை	ரூபாய் 100	ரூபாய் 10,000
ஆவணத்தின் தன்மை	முத்திரைத் தீர்வை	பதிவுக் கட்டணம்.

செய்வதற்கு (குடும்ப நபர் அல்லாதவருக்கு)		
ii) பொது அதிகாரம் விற்பனை செய்வதற்கு (குடும்ப நபருக்கு)	ரூபாய் 100	ரூபாய் 1,000
iii) பொது அதிகாரம் விற்பனை தவிர இதர காரியங்களுக்கு	ரூபாய் 100	ரூபாய் 50
iv) பொது அதிகாரம் (கைமாற்று தொகையுடன்)	4% கைமாற்றுத் தொகைக்கு	கைமாற்று தொகைக்கு 1% அல்லது ரூபாய் 10,000/— இதில் எது அதிகமோ அத்தொகை வசூலிக்கப்பட வேண்டும்.
11. தான செட்டில்மெண்ட்		
i) குடும்ப நபருக்கு	சந்தை மதிப்பிற்கு 1% (அதிகபட்சம் ரூபாய் 25,000/—)	சந்தை மதிப்பிற்கு 1% (அதிகபட்சம் ரூபாய் 4,000/—)
ii) குடும்ப நபர் அல்லாதவருக்கு	7% சந்தை மதிப்பிற்கு	4% சந்தை மதிப்பிற்கு
12.கூட்டு வணிகம்		
i) மூலதனம் Rs.500க்குள்	ரூபாய் 50	1% மூலதன தொகைக்கு
ii) மூலதனம் Rs.500க்கு மேல்	ரூபாய் 300	1% மூலதன தொகைக்கு

13. உரிமை ஆவணங்களின் ஒப்படைப்பு	0.5% கடன் தொகைக்கு அதிகபட்சம் ரூபாய் 30, 000/—	1% கடன் தொகைக்கு அதிகபட்சம் ரூபாய் 6,000/—
14. விடுதலை		
i) குடும்ப நபர்களுக்கிடையில்	சந்தை மதிப்பிற்கு 1% (அதிகபட்சம் ரூபாய் 25,000/—)	சந்தை மதிப்பிற்கு 1% (அதிகபட்சம் ரூபாய் 4,000/—)
ஆவணத்தின் தன்மை	முத்திரைத் தீர்வை	பதிவுக் கட்டணம்.
ii) குடும்ப நபர் அல்லாதவர்களுக்கிடையில்	7% சந்தை மதிப்பிற்கு	1% சந்தை மதிப்பிற்கு
15. குத்தகை		
30 வருடத்திற்குள்	1% கூடுதல் குத்தகை தொகைக்கு	1 % குத்தகை தொகைக்கு அதிகபட்சம் ரூபாய் 20,000/—
99 வருடத்திற்குள்	4 % கூடுதல் குத்தகை தொகைக்கு	1 % குத்தகை தொகைக்கு அதிகபட்சம் ரூபாய் 20,000/—
99 வருடத்திற்கு மேல்	7 % கூடுதல் குத்தகை தொகைக்கு	1 % குத்தகை தொகைக்கு அதிகபட்சம் ரூபாய் 20,000/—
16. நம்பக ஆவணம் (அசையா சொத்து இல்லாத நிலையில்)	ரூபாய் 180	1% கார்பஸ் நிதி

வில்லங்கச் சான்று பெறுவதற்கான சான்று

விண்ணப்ப கட்டணம்	ரூ. 1/—
தேடுதல் கட்டணம் முதல் வருடத்திற்கு	ரூ. 30/—
தேடுதல் கட்டணம் (முதல் வருடம் நீங்கலாக) அடுத்துவரும் ஒவ்வொரு வருடத்திற்கும்	ரூ. 10/—
கணினி கட்டணம்	ரூ. 100/—
அவசரக் கால விண்ணப்ப கட்டணம் (கணினி மயமாக்கப்படாத காலத்திற்கு மட்டும்)	இரு மடங்கு கட்டணம்

சான்றிட்ட நகலுக்கான கட்டணம் (copy document)

விண்ணப்பக் கட்டணம்	₹ 1/—
முதல் ஆண்டுக்கான தேடுதல் கட்டணம்	₹ 10/—
கணினிக் கட்டணம்	₹ 100/—
நகல் கட்டணம் (கணினி மூலமாக ஒவ்வொரு பக்கத்திற்கும்)	₹ 10/—
முத்திரைத் தீர்வை	₹ 20/—

பின்வாசல்

வீட்டுக் கடன் பற்றிய அடிப்படைகள், தேவையான ஆவணங்கள், மதிப்பீட்டு முறைகள் மற்றும் வீட்டுக் கடன் நடைமுறைகள் பற்றிய அனைத்து விஷயங்களையும் பார்த்துவிட்டோம். தலைவாசலில் நுழைந்து இப்போது பின்வாசலுக்கு வந்திருக்கிறோம்.

வங்கிகள் அனைத்தும் வீட்டுக் கடன் வசதி தருகின்றன. அவற்றுடன் வங்கியல்லாத நிதி நிறுவனங்களும், தமிழ்நாட்டின் பெரும்பான்மையான நகரங்களில் வீட்டுக் கடன் தருவதில் முன்னணியில் இருக்கின்றன. வீதிக்கு ஒரு நிறுவனம் உங்களுக்கு உதவ, உங்கள் சொந்த வீடு என்னும் கனவினை நனவாக்கக் காத்திருக்கிறது. கடன் எவ்வளவு கிடைத்தாலும் வாங்கிவிடலாம் பின்னர் பார்த்துக் கொள்ளலாம் என்றோ அல்லது வீட்டினை ஆரம்பித்து விடுவோம் அப்புறம் வீட்டுக் கடன் பற்றி யோசிப்போம் என்றோ முறையானதொரு திட்டமின்றி முதல் படியினை எடுத்து வைக்காதீர்கள்.

நம் கையில் உள்ள கையிருப்பு எவ்வளவு, தோராயமாக நமக்கு எவ்வளவு வீட்டுக் கடன் கிடைக்கும். அதனை எந்த நிறுவனம் தரும், அதற்கான ஆவணங்கள் தயார் நிலையில் உள்ளதா, கிடைக்கும் கடன் மற்றும் கையிருப்பிற்கு ஏற்றவாரு எத்தனை சதுர அடியில் வீடு கட்டலாம் என்பன போன்ற முறையான திட்டத்துடன் உங்கள் கனவு இல்லத்தைக் கட்ட தயாராகுங்கள்.

உங்கள் கனவு இல்லம் மகிழ்ச்சிகரமாய் உருவாகவும், நிறைவான இன்பம் இல்லத்தில் பொங்கவும் வாழ்த்துக்கள்.